கடைசிக் களவு

கா. ந. அண்ணாதுரை

Title: Kadaisi Kalavu

Author: C. N. Annadurai

Language: Tamil

First Published on: 1956

Year of Publication: 2024

Book Format: Paperback

*Page Size: 6inch * 9inch*

Category: Fiction

Subject: Short Novel

No. of pages: 88

ISBN: 978-81-988069-5-6

Published by: Nilan Publishers, Madurai, Tamilnadu, India

பொருளடக்கம்

குறிப்புகளுக்காக

கடைசிக் களவு

பகுதி: 1

"உன் பெயர் என்னப்பா?"

"அவசியம் தெரியவேண்டுமா?"

"இதிலென்ன கோபம்? பெயர் என்ன என்றுதானே கேட்கிறேன்! வேறென்ன கேட்டுவிட்டேன்!"

"எதை வேண்டுமானாலும் கேளேன்; எனக்கென்ன? என் பெயர், ஏகாம்பரம்"

"நிஜமாகவா? ஏகாம்பரம் என்பதா உன் பெயர்!"

"ஏன், பிடிக்கவில்லையா, அந்தப் பெயர்? சரி, சதாசிவம்! இந்தப் பெயர் பிடிக்கிறதா?"

"அழகாகத்தான் இருக்கிறது, சதாசிவம் என்பது. ஏகாம்பரம் என்ற பெயரும் நல்ல பெயர்தான். நான் உன் பெயரை அல்லவா, கேட்கிறேன்!"

"ஓஹோ! ஏகாம்பரம், சதாசிவம் என்பவை என் பெயர்களல்ல - அப்படியானால் என்ன பெயரிட்டு வேண்டுமானாலும் என்னை அழைத்துக் கொள்ளய்யா! உனக்கு விருப்பமான பெயர் என்னவோ, அதைக் கூறிக்கொள்."

“அதுவும் நல்ல யோசனைதான்! மாடசாமி என்ற பெயர் உனக்குப் பிடிக்கிறதா?”

“மாடசாமியா... என் பெயர் எப்படி உனக்குத் தெரிந்தது?”

“உன் பெயர், மாடசாமியா? நான் வேடிக்கையாகக் கேட்டேன், அது உண்மையாகி விட்டதே! மாடசாமி என்பது தான் உன் பெயரா? ஆருடக்காரன் போலல்லவா, நான் கூறிவிட்டேன். ஏதேது; நான் சொல்வதெல்லாம், அப்படியப் படியே உண்மையாகிவிடும் போலிக்கிறதே தேவவாக்கு என்கிறார்களே அதுபோல! மாடசாமி...!”

“என்னய்யா, மளமளவென்று எதை எதையோ, பேசிக் கொண்டே போகிறாய், பெரிய அறிவாளி, அனுபவசாலிபோல! சுத்த வெகுளியல்லவா நீ! வெளுத்ததெல்லாம், பால், கருத்த தெல்லாம் தண்ணீர் என்று நம்பிவிடும் ஏமாளி.”

“அதென்ன அவ்வளவு அலட்சியமாகப் பேசிவிடுகிறாய், என்னைப் பற்றி? உன் பெயர் மாடசாமி என்று நான் சொன்னது, உண்மையாகி விட்டதா இல்லையா! அதே போலத்தான், நான் சொல்வது அவ்வளவும், உண்மையாவி விடும்.”

“பெரிய ஞானி, யோகீஸ்வரன்! அடே ஏனய்யா வீணான வம்பளப்பு. உன்னுடைய தொணதொணப்பை என்னால் சகித்துக் கொள்ளவே முடியவில்லை. தொலைந்து போகலாமென்றாலோ, பாழாய்ப்போன கால் சரியாகவில்லை - நொண்டி நொண்டித்தான் நடக்க வேண்டியிருக்கிறது. அதனாலே, சிறகொடிந்த பறவை போல இங்கே கிடக்க வேண்டி இருக்கிறது. நீ, கிடைத்தவனைக் குடைந்தெடுக்கிறாய், பெயர் கூறுவேன், பிறப்பு வளர்ப்பு

பற்றிய தகவல் கூறுவேன், நடந்தது, நடக்கப் போவது எல்லாம் கூறுவேன் என்று பிரதாபம் பேசுகிறாய்."

"கூற முடியாதா? இப்போது, உன் பெயர் இன்னது என்று என்னால் கூற முடிந்ததா இல்லையா? அதுபோலவே, மற்ற எல்லாம் கூட என்னால் கூற முடியும்."

"கூற... முடியும்... ஆளைப்பார்... பெரிய மேதாவி தான்... சரி, மாடசாமி... அது வரையில் சரி... வேறு என்ன தெரியும், என்னைப் பற்றி... சொல்லேன் கேட்போம்..."

"சொல்லவா? மாடசாமி!... உன் பெயர் மாடசாமி... தொழில்... உன் தொழில்...?"

"கொலை செய்வது...!"

"இல்லையே! கத்தியைக் காட்டி மிரட்டி வழிப்பறி செய்வாய்... கொலை செய்ததில்லையே..."

"வழிப்பறி... யார்? நான்...? அடே! உன் வாக்கு தேவவாக்குத்தான்..."

"வழிப்பறிக் கொள்ளைக்காரன்! சிறைப் பறவை! இப்போது, உன்னைத் தேடிக் கொண்டு, திக்கெட்டும் அலை கிறார்கள் போலீஸ்காரர்கள்! எலி தோண்டுவது போல வளை தோண்டியல்லவா, சிறையிலிருந்து தப்பித்துக் கொண்டு ஓடி வந்து விட்டிருக்கிறாய்..."

"தெரிந்து விட்டதா உனக்கு? அட மோசக்காரா! தெரிந்து தான், தந்திரமாக என்னை இங்கே அடைத்து வைத்திருந்தாயா? போலீசிடம் ஒப்படைக்கவா இந்தச் சூது செய்தாய்?

இதுவரையில் நான் கொலை செய்தது கிடையாது. இதோ இப்போது...''

''பைத்தியக்காரனாக இருக்கிறாயே! உன்னால் வேகமாக ஓட முடியாதே இப்போது. என்னையும் கொலை செய்து விட்டு, நொண்டி நொண்டி நீ செல்வாயானால், சுலபத்திலே போலீசிடம் தானே சிக்கிக் கொள்வாய்... உடம்பு பூரணமாகக் குணமாகட்டும். முயல் போல் ஓட, நரி போல் பதுங்க, புலி போல் பாய, உடலிலே வலிவு வந்த பிறகு, மகாராஜனாக, என்னைக் கொன்று விட்டு, கொலைகாரன் என்ற பட்டமும் பெற்றுக் கொண்டு, புறப்படு, போலீசிடமும் சிக்கிவிடாமல், தப்பித்துக் கொள்ள முடியும், அப்போது. இப்போது, உடம்பை அலட்டிக் கொள்ளாமல் படுத்துத் தூங்கு... கோபம் எழவே கூடாது... நோய் அதிகமாகும்... எனக்கு மருத்துவம் தெரியும்...''

''உன்னை என்ன செய்வதென்றே எனக்குத் தெரிய வில்லை. உன் நோக்கம் என்ன என்பதும் புரியவில்லை. இதோ பார்! என்னிடம் நயவஞ்சகம் செய்ய மட்டும் எண்ணாதே. நான் கொள்ளைக்காரன், சிறையிலிருந்து ஓடிவந்து விட்டவன், என்று எப்படியோ உனக்குத் தெரிந்துவிட்டது. சமயம் பார்த்து, என்னைப் போலீசிடம் பிடித்துக் கொடுத்துவிடப் போகிறாய்...!

''உன்னைப் போலீசிடம் பிடித்துக் கொடுப்பவர்களுக்கு, ஆயிரம் ரூபாய் இனாம் தருவார்கள்! சர்க்கார் அறிவித்திருக்கிறார்கள்!''

''சந்தேகமில்லை! என்னைப் போலீசிடம் கொடுத்து விடத்தான், இவ்வளவு உபகாரிபோல நடித்து வந்தாய்... அட சூதுக்காரா! எனக்கு அப்போதிருந்தே சந்தேகம்! அதனால்தான், மூர்ச்சை தெளிந்ததுமே, போய்

விடமுயன்றேன் - பசப்பிப் பேசிப் பேசி, என்னைத் தடுத்து நிறுத்தி வைத்தாய்...”

“நான் தடுத்து நிறுத்தா விட்டால், நீ என்ன நூலேணி போட்டு மாடிமீது ஏறி விடவா முடியும்?”

“நூலேணியா...?”

“ஆமாம்! அற்புதமாகச் செய்து வைத்திருக்கிறாயே... அதென்ன இரும்புக் கம்பியும் முறுக்குக் கயிறும் சேர்த்துப் பின்னப்பட்டதா...!”

“கண்டு பிடித்து விட்டாயா?...”

“அடே அப்பா! உன் பக்கத்திலேயேதானே அந்த மூட்டை கிடந்தது... பிரித்துப் பார்த்து, நூலேணி, சாவிக் கொத்து, சுத்தி, அரம், கத்தரிக்கோல், கன்னக் கோல் இவை இருந்ததைக் கண்டு பிடிக்கவா முடியாது! இதற்கு என்ன மேதாவித்தனம் வேண்டும்...”

“என் தலைமாட்டிலேயேதானே மூட்டை எப்போதும் இருந்து வந்தது... நீ எப்படி, எப்போது பார்த்தாய்...?”

“முதல்நாளே பார்த்து விட்டு, உன் தலைமாட்டிலேயே வைத்து விட்டேன்... நினைவு இருக்கிறதா உனக்கு... நீ இங்கு வந்து, இன்றோடு இருபத்தொரு நாட்களாகின்றன... மூட்டை உன்னிடம்தான் இருக்கிறது... வேண்டுமானால், நீயே மூட்டையைப் பிரித்துப் பார்த்துக் கொள், உன் சாமான்கலெல்லாம் சரியாக இருக்கிறதா என்று; நான் ஒரு துரும்புங்கூட எடுத்துக் கொள்ளவில்லை...”

"என்னடா இது பேரிடியாக இருக்கிறது. நீ, மனுஷன் தானா... எனக்கு ஒன்றுமே புரியவில்லையே... நான் கொள்ளைக்கார மாடசாமி என்பதும் தெரிந்திருக்கிறது. என் கன்னக்கோல் மூட்டையையும் கண்டுபிடித்து விட்டாய். இந்த இருபது நாட்களாக என்னைப் போலீசிலும் பிடித்துக் கொடுக்க வில்லை, ஆயிரம் ரூபாய் இனாம் தருவதாகச் சர்க்கார் கூறுவதும் உனக்குத் தெரிந்திருக்கிறது, தெரிந்தும், போலீசில் ஒப்படைக்க வில்லை..."

"ஆமாம்... வீட்டிலே வைத்து வைத்தியம் பார்த்து வருகிறேன், உபசாரம் செய்கிறேன்... பாதுகாத்து வருகிறேன்..."

"ஏன்? என்ன வேண்டும் உனக்கு?"

"எனக்கா? ஒரு நல்ல மனிதன் வேண்டும்! நீ நல்லவனாக வேண்டும்!! அவ்வளவுதான்..."

"நான், நல்லவனாக வேண்டுமா! நான்? அட, பைத்தியக் காரா!! நான் கொள்ளைக்காரன் என்பதைத் தெரிந்து கொண்டு விட்டாய் என்பதை அறிந்ததும், உன்னைக் கொல்லவேண்டும், என்று எனக்கு ஆத்திரம் கொப்புளித்துக் கொண்டு வருகிறது... மேலே பாய்ந்து, கழுத்தை நெரித்து விடலாமா என்று துடிக்கிறேன்... என்னைப் போய்..."

"நல்லவனாக்க வேண்டும் என்று விரும்புகிறேன்... நல்லவன் ஆக்கப் போகிறேன்..."

"என்னை...?"

"உன்னைத்தான், மாடசாமி! உன்னைத்தான்! என்னால் முடியும்! நான் இத்தனை ஆண்டுகளாகப் பெற்றுள்ள அறிவும்,

சிந்தனையும், அனுபவமும், இதற்குப் பயன்படுகிறதா இல்லையா என்று பார்த்து விடத்தானே போகிறேன்! நான், அந்தப் பரீட்சை நடத்துவதற்காகவே, உன்னைப் போலீசில் ஒப்படைக்கவில்லை! அவர்களிடம் சிக்கித்தானே, நீ இந்த் நிலைக்கு வந்துவிட்டாய்! அவர்களால், கெட்டவர்களைத் தண்டிக்க முடியும், கெட்டவர்களை நல்லவனாக்க முடியாது. அது ஒரு தனி விதமான வைத்தியம்... எனக்குத் தெரியும்."

"இது ஒரு புது தினுசான பைத்தியம்! வேறென்ன சொல்ல முடியும். இதோ பார், பண்டாராம்! நான் பழிபாவத்துக்கு அஞ்சாதவன்! ஆமாம், என் நெஞ்சில் ஈவு இரக்கம் கிடையாது, தர்மம், நியாயம், எதற்கும் கட்டுப்பட மாட்டேன். தேவைப் பட்டதைப் பெறுவதற்காக எந்த முறையையும் கையாளுவேன்! களவு, எனக்கு நாற்பது வருஷப் பழக்கம்! போலீசை ஏய்ப்பது எனக்கு ஒரு விளையாட்டு. இரும்புக் கம்பிகளைப் பெயர்த் தெடுப்பது, கருங்கல் சுவர்களைத் துளைப்பது இதெல்லாம் எனக்குத் தண்ணீர் பட்ட பாடம்! குழந்தைகளின் நகைகளைக் கூடத் திருடி இருக்கிறேன். சில சனியன்கள் அப்போது கூடச் சிரித்தபடி இருக்கும் - மயங்கினதில்லை நான்; பாட்டிமார்கள், பொல பொலவெனக் கண்ணீர் விட்டுக் கதறி இருக்கிறார்கள், என் கத்தியைக் கண்டு, ச்சீ! கிழட்டுப் பிணம்! கழட்டு காதோலையை எனக்கு யாரிடமும் பாசம், பற்று, நேசம் கிடையாது. யாரிடமும் நான் பாசம் நேசம் எதிர்பார்க்கவுமில்லை. யாருக்கும் மரியாதை காட்டியதில்லை, என்னையும் யாரும் மனிதனாகவும் மதித்ததில்லை. நான் மிருகம்... ஆமாம், துஷ்ட மிருகம்... நீ ஒரு ஏமாளி.... பாம்புக்குப் பால் வார்த்து வளர்ப்பது என்று பழமொழி சொல்வார்களே, அதுபோல, என்னை இங்கு வைத்துக் கொண்டிருக்கிறாயே..."

"இவ்வளவு தெளிவு இருக்கிறது உனக்கு... நீ ஏன் நல்லவனாக முடியாது! நிச்சயம், நல்லவனாகப் போகிறாய்."

"யாருக்காகவாம்! நான் கெட்டவனாகி, கொள்ளைக் காரனானதால் வருத்தமோ, வெட்கமோ, ஆத்திரமோ அழுகையோ கொள்வதற்கும் ஓர் ஆசாமியும் கிடையாது... நான் நல்லவனானால் அதைக் கண்டு பெருமையும் சந்தோஷமும் அடைவதற்கும் ஆள் கிடையாது - இந்த உலகில், நான் தனி ஆள்! ஆமாம், சொந்தம் தொடர்பு இன்றி இவ்வளவு காலம் கழித்து விட்டேன்... இனியும் அப்படித்தான்... சாக்கடை ஓரத்தில் பிறந்தேன்... சாக்கடையிலேயே புரண்டு கொண்டிருக்

கிறேன்... அங்குக் கிடக்கும் பூச்சி புழுக்களிடம்தான் எனக்குப் பழக்கம்... யாருக்காகவும் நான் அஞ்ச வேண்டிய அவசியமும் ஏற்பட்டதில்லை. யாருடைய அன்புக்காகவும் நான் காத்துக் கிடந்ததில்லை... அப்படிப்பட்ட நான், யாருக்காக நல்லவனாக வேண்டும்? எதற்காக நல்லவனாக வேண்டும்?"

"உலகத்துக்காக! எனக்காக!"

"இந்த ஊதாரிப் பேச்சு எனக்குப் பிடிக்காது! ஆமாம், கட்டோடு பிடிக்காது. உலகத்துக்காகவாம், உலகத்துக்காக! உலகத்துக்கும் எனக்கும் என்ன தொடர்பு! என்னிடமிருந்து உலகம் எதைப் பெறவேண்டும், எனக்கு அது என்ன தந்தது? பிறந்தேன், இறக்கும் வரையில் வாழப் போகிறேன்... வாழ்ந்து கொண்டிருக்கும்போது, எனக்கு முடிந்ததைச் செய்து கொண்டிருக்கப் போகிறேன். அவ்வளவுதான்! நான் செய்வதனால், பிறருக்குத் தீங்கு நேரிட்டால் எனக்கென்ன, பிறர் பார்த்து என்னை நல்லவன், என்று சொன்னால் எனக்கு வரப்போவதென்ன? நான் நல்லவர்கள்' என்பவர்களை, உலகம் என்ன விதமாக நடத்துகிறது என்பதைக் கொஞ்சம் பார்த்துமிருக்கிறேன். என்னைக் கண்டால், நடுங்குகிறது... பார்த்தாயல்லவா நீயே... எட்டுத் திக்கும் போலீஸ் தேடுகிறது என்னை! ஏன்? அவ்வளவு நடுக்கம் என்னிடம்! நல்லவனைத் தேடிக் கண்டு பிடிக்கும் காரியத்திலா, உலகம் ஈடுபட்டிருக்கிறது! பைத்தியம், உனக்கு! இதோ பார்! என்னைக் கண்டுபிடிப்பவர்களுக்கு ஆயிரம் ரூபாய் பரிசு!

அரை பைசா தருமா, சர்க்கார் நல்லவனைக் கண்டறிந்து சொன்னால்! நல்லவன் ஆக வேண்டுமாம் நான்! உலகத்துக்காகவாம்! நான் என்ன ஏமாளியா! எந்த உலகம், என்னைக் கண்டால், கிலி கொள்கிறதோ, நான் மிரட்டினால் நடுங்கிக் கிடக்கிறதோ, நான் கேட்பதைக் கொடுத்து விட்டுக் கும்பிடு போடுகிறதோ, அதே உலகத்தின் முன் நான் அடங்கி ஒடுங்கி அடிமை போலாகி, நடந்து கொள்ள வேண்டுமாம்! புலி எதற்காகப் புனுகுப்பூனை ஆகவேண்டும்! புலியைச் சுட்டு விடுகிறார்கள் - தெரியும் ? ஆனால் சுடப்படுகிற வரையில், அதன் எதிரே வரப் பயந்து கிடக்கிறார்களல்லவா! தெகிட்டும் அளவு இரத்தம் குடித்தான பிறகு, புலி சாகும் - அப்போதுகூட தெரியுமா உனக்கு, ஆளு மாடு, செத்து மனிதருக்கு உணவாகும், புலி அப்படி அல்ல! நான், நல்லவனாக வேண்டுமாம்! ஆடு ஆக வேண்டுமாம்! ஆண்டி! வீண் கனவு காணாதே! உன்னால் முடியாது! நிச்சயமாக முடியாது, போகட்டும், நான் கொள்ளைக்காரன் என்று தெரிந்தும் இத்தனை நாள், ஏதோ ஒரு பைத்தியக்கார எண்ணத்தால் என்னைப் போலீசில் ஒப்படைக்காமலிருந்து விட்டாய், பிழைக்கத் தெரியாத ஆசாமி, இனி என்னைப் போலீசில் ஒப்படைக்க ஏதேனும் சூழ்ச்சி செய்தாயோ... அவ்வளவுதான்... பரலோக யாத்திரைதான்!''

''நான் ஏனப்பா, உன்னைப் போலீசில் ஒப்படைக்க வேண்டும்? உலகம் உன்னை என்னிடமல்லவா ஒப்படைத்து இருக்கிறது... உன்னை நல்லவனாக்கி உலகத்திடம் ஒப்படைக்கப் போகிறேன், போலீஸ் குறுக்கிட நான் அனுமதிக்கப் போவதில்லை!''

''சரியான ஏமாளி... எதையோ சொல்லிக் கொண்டு கிட!''

2

மாடசாமி மட்டுமல்ல, மருதூர் வட்டாரம் முழுவதிலுமே, பண்டாரம், 'சுத்த ஏமாளி' என்பதுதான் பேச்சு. புத்தகமும் கையுமாக இருப்பார் பண்டாரம் - மாடோட்டும் கோலும் மண் பிசையும் கரமும் கொண்டவர்களாக இருப்பவர்களெல்லாம் கூட, அவரை ஏமாளி என்றுதான் கேலியாகக் கூறுவார்கள்! ஆனால் அந்தக் கேலிப் பேச்சிலும் ஒரு கனிவு இருக்கும். அலட்சியமோ அருவருப்போ இருப்பதில்லை "அட போக்கிரி! அடத் திருட்டுப் பயலே!" என்று தாய் கூறிக் கொஞ்சுவதில்லையா, தன் குழந்தையிடம். அது போலத்தான், ஏமாளி, சுத்த ஏமாளி, விவரம் தெரியாத அப்பாவி, என்றெல்லாம் மக்கள், பண்டாரம் பற்றிப் பேசுவர்.

பண்டாரம், என்பது கூட ஊரார் கேலிக்காக வைத்த பெயர் தான். காவி திருவோடு, உருத்திராட்ச மாலை, விபூதிப்பை, இவற்றைக் கண்டல்ல - வெள்ளை வேட்டிக்காரர்தான் அந்தப் பண்டாரம். அவரிடம் மருந்துப் பொட்டலங்கள் கொண்ட 'பை' தான் இருந்தது. எனினும், குடும்பமின்றி, சுகத்தை நாடாமல் அவர் இருந்துவந்த போக்கைக் கண்டு பண்டாரம் என்று அழைத்தனர்; புன்னகையால் அதை ஆமோதித்துவிட்டுச் சில வேளைகளில் அவர், நான் மட்டும் விரும்பி இருந்தால், 'பண்டாரச் சன்னதி'யாகி இருக்க முடியும். என் எதிரே விழுந்து விழுந்து கும்பிடுவீர்கள். பல்லக்கிலே அல்லவா சவாரி செய்திருப்பேன்" என்று சொல்லுவார். அது உண்மையுங்கூட. ஏனெனில், வெள்ளை வேட்டியுடன் இருந்து வந்த பண்டாரம், இன்னும் சில ஆண்டுகளில் வெள்ளி அம்பலத்து மடாதிபதியாகப் போகிறார் என்று அனைவரும் பேசிக் கொண்டதுண்டு - அது அவர் குறிஞ்சிபுரத்தில் இருந்த போது, பண்டாரத்துக்கு அங்கு அவ்வளவு மதிப்பு - பெயர் பாதி மதிவேதியர்க்கடியார் என்பதாகும். காவி உண்டு, அதிலே தனியானதோர் கவர்ச்சி உண்டு! பூ இதழ் போன்ற ஆடை! அதிலே அழகுதரும் அளவுக்குக் காவி!! கழுத்திலே உருத்திராட்சம், பொறுக்கி

எடுக்கப்பட்டு, பொன் கவசம் போடப்பட்டது. வெள்ளை அம்பலத்து மடாதிபதி திரிபுராந்தக பரம்பரை ஸ்ரீலஸ்ரீ திரு அருட்பிரகாச தேசிகருக்கு. இந்த இளைஞரிடம், மிகுந்த நம்பிக்கை; இவனே, எனக்குப் பிறகு! என்று வெளிப்படையாக, மடாலயம் வரும் பிரமுகர்களிடம் கூறியும் வந்தார். அரண்மனை இளவரசன் போல, வெள்ளி அம்பல மடாலயத்திலே, இவருக்கு அந்தஸ்து தரப்பட்டிருந்தது. எனினும் எல்லோரும் எதிர்பார்த்து நடை பெறவில்லை. வெள்ளி அம்பல மடாலயத்தை விட்டு வெளியேறியவர் பிறகு வெள்ளை வேட்டிப் பண்டாராமாகி மருதூர் மக்களால் ‘ஏமாளி’ என்று கேலி பேசப்பட்டு வந்தார்! கொள்ளைக்கார மாடசாமியே அல்லவா “சுத்த ஏமாளி” என்று கேலியாகப் பேசுகிறான்.

“ஏமாளிகளை ஏய்த்துப் பிழைக்கும் இந்த இழிதொழிலில் உழல என் உள்ளம் இடமளிக்கவில்லை. என்னை மன்னித்து விடுங்களய்யா! நான் தங்கள் நம்பிக்கையை நாசமாக்கி விட்டதற்காகக் கோபித்துக் கொள்கிறீர் - ஆனால் நான் என்ன செய்ய முடியும்!” என்றான் காவியைக் களைந்து விட்டு, அழுக்கேறிய ஓர் வெள்ளை ஆடையைக் கட்டிக் கொண்டே, இந்தப் பண்டாரம் - அன்றோர் நாள்.

“இப்படி ஓர் ஏமாளியை நான் கண்டதில்லை! பாதி மதியானுக்கு அடியான் என்று உனக்கு நான் பட்டப் பெயரிட்டேன்! நீயோ பாதிமதியும் இல்லாதவனாகி விட்டாயே!” என்று புலமையைக் கோபத்துடன் கலந்தளித்துப் பேசினார், தேசிகர்.

“தாங்கள் மட்டுமல்ல, உலகில் பல பேர் என்னை ஏமாளி என்றுதான் கேலி பேசுவர். ஐயா, தங்கள் தயவு எனக்கு இருப்பது தெரிகிறது. இங்கு ‘தர்பார்’ என்னென்ன இன்பத்தைப் பெற வசதி அளிக்கிறது என்பதையும் காண்கிறேன். என்னால், இவற்றைப் பெற முடியும் என்ற

நிலை வளர்ந்திருக்கிறது. எனினும், என் மனம், இவற்றை 'அக்கிரமம்' என்று உறுதியாக எண்ணச் செய்துவிட்டது. தாங்கள், கூறியபடியேதான், நான் இங்கு ஏடுகளை, ஓலைச் சுவடிகளை, கருத்தூன்றிப் படித்தேன்; ஆனால் ஐயா! என்னவென்று நான் சொல்வது, எந்த நோக்கம் பெற வேண்டுமென்று தாங்கள் எந்த ஏடுகளைப் படித்தறியும் படி தந்தீர்களோ, அதற்கு நேர்மாறான எண்ணமே எனக்கு, அந்த ஏடுகள் தந்தன. நான் என்ன செய்ய..."

"நான் என்ன செய்ய... என்று நானும்தான் கேட்டுக் கொள்ள வேண்டி இருக்கிறது. நீ, இப்படிப்பட்ட கொதி தாங்காத நொய்யரிசி என்று தெரிந்து கொள்ளாமல், நானோர் ஏமாளி, உன்னை என் வாரிசு ஆக்கிக்கொண்டேன் - அதன் காரணமாக மடாலயத்து விஷயமவ்வளவும், உனக்குக் கூறித் தொலைத்து விட்டேன். நீயோ, இப்போது, வெள்ளி அம்பலத்து மடாலயம் அளிக்கும் 'விருது'கூட வேண்டாமென்று கூறிவிட்டு, வெள்ளை வேட்டிக்காரனாகி விட்டாய்! நீ வெளியே சென்றதும், விதண்டா வாதிகளும் விஷமக்காரர்களும், உன்னைச் சூழ்ந்து கொண்டு, கிளறிக் கிளறிக் கேட்பார்கள் மடாலயத்தைப் பற்றி. மடாலயத்திலே என்னென்ன பாவச்செயல் நடைபெறுகின்றனவோ, எத்தனை எத்தனை அக்கிரமமோ! என்னென்ன படு கொலையோ! எதைக் கண்டு உள்ளம் பதறிப் போய், இந்த உத்தமன், மடத்தை விட்டு வெளியேறி விட்டானோ! என்றெல்லாம் பேசப் போகிறார்கள். நீயும் என்னென்ன கூறப் போகிறாயோ! உன்னைப் பூஜாமடத்தில் மட்டும் நுழைய அனுமதி கொடுத்து வைத்திருந்தேனானால், நானோ, உன்னை, தாராளமாக, எல்லா இடங்களிலும், எந்த நேரத்திலும் நுழைய இடமளித்து விட்டேன். நீயோ இப்போது, வெள்ளை வேட்டி! வெளியே உன்னை விட்டால், என்னென்ன விபரீதம் விளையுமோ? நான் என்ன செய்ய... நானல்லவா இப்போது யோசிக்க வேண்டி ஏற்பட்டுவிட்டது. நான் என்ன செய்வது...?"

ஆதீன அதிபருக்கு விபரீதம் ஏதும் நேரிடாது என்று உறுதியாக வாக்களித்து விட்டு அதிபர் அதற்காகச் செய்த பிரத்யோக ஏற்பாட்டுக்கும் இணங்கிய பிறகே 'வெள்ளை வேட்டி' வெளியேற முடிந்தது.

பலர் கேட்டனர், பன்னிப்பன்னி! 'வெள்ளை வேட்டி', தனக்கு மடாலயத்திலே தங்கி இருப்பதற்கான 'பரிபக்குவம்' ஏற்படவில்லை என்று கூறியது கேட்டு ஆச்சரியப் பட்டனர்.

ஆராய்ச்சித் திறனுடன் சகல நூல்களையும் ஓதி உணர்ந்தவர், ஐயன் பெருமைகளைப் பாமரர் நன்கு உணர்ந்து உருகத்தக்க வகையில், பதிகங்களைப் பாடவல்லவர், தத்துவங்களை அலசிப் பொருள் கூறி சொற்பொழிவாற்றத் தக்கவர், கனிவுடன் எவரிடமும் உரையாடி, எவர் மனத்தையும் வசீகரிக்கும் குணம் கொண்டவர், இவருக்கே மடாலயத்தில் தங்கி இருக்கும் பரிபக்குவம் ஏற்படவில்லை என்றால், வேறு யாருக்குத்தான் ஏற்பட முடியும் என்று பேசிக் கொண்டனர். கஞ்சாக்குடியினால் கட்டை போலக் கீழே விழுந்து கிடப்பவன், காவியை மறைத்து விட்டு, வெள்ளையாடை அணிந்து கொண்டு விபரீத விளையாட்டுகளில் ஈடுபடுபவன், 'பூர்வாசிரமத் தொடர்புகளுக்கு மாதந்தவறாமல் பணம் அனுப்பி வருபவன், இப்படிப் பட்டவர்களெல்லாம், அங்குத் தங்கி இருந்து வந்தனர் - இவர் மட்டும் பரிபக்குவம் பெறவில்லை என்றால், எப்படி நம்ப முடியும்? ஆனால் என்ன செய்வது, அவரே அதனை வலியுறுத்திக் கூறுகிறார்.

"இப்படி ஓர் ஏமாளி உண்டா? இந்தக் கிழப்புலி, யாரிடமும் நம்பிக்கை வைப்பதில்லை - எப்படியோ இவனிடம் நம்பிக்கை வைத்து, செல்லப் பிள்ளை போல நடத்தி வந்தது - எல்லா வசதியும் இருக்கிறது - பண்டார சன்னதியாகி 'ஜாம்ஜாம்' என்று தர்பார் நடத்திக் கொண்டிருக்கலாம், எனக்கு மடத்திலே இருக்க இஷ்டம் இல்லை என்று கூறிவிட்டு, வெண்ணெய் திரண்டு வந்ததும் அதை

வழித்தெடுத்துச் சுண்ணாம்புக் கலயத்தில் கலந்து விட்டதே இந்தப் பைத்தியம்!' என்று சட்டிச் சாமி, மொட்டைச்சாமி, கொட்டைச்சாமி - போன்றவர்கள் கேலியாகப் பேசிக் கொண்டனர்.

3

"அம்மா, நான் மடாலயத்திலிருந்து விலகி விட்டேன்..."

"அப்படியா? ஆண்டவனே, என் மகனை எனக்குத் திருப்பித் தந்து விட்டாயா..." அடெ ராஜா, காவியைக் களைந்து விட்டு, வெள்ளை வேட்டியில் நீ இருப்பது பார்க்கும்போது, என் மனம் என்னதான் ஆனந்தமடைகிறது தெரியுமா? போறாத வேளையால் உன் புத்தி குழம்பிப் போய், பண்டாரக் கூட்டத்திலே போய்ச் சேர்ந்துகொண்டு, திருவோடு தூக்கிக் கொண்டு திரிந்து வந்தாய். அந்தக் கோரக்காட்சியைக் கண்டபோது என் கண்களில் இரத்தமல்லவா பீறிட்டுக் கொண்டு வந்தது. உனக்கு ஐந்து வயதிருக்கும்போது 'வித்யாரம்பம்' நடந்தது. அப்போது உன் அப்பா, டமாஸ்கஸ் சில்க்கிலே சட்டை தைத்துப் போட்டார்; 'ராஜகுமாரன்' போல இருந்தது. அதைப் பார்த்த அதே கண்களால், காவி கட்டிக் கொண்டு, கழுத்தில் உருத்திராட்ச மாலைகளைத் தொங்கவிட்டுக் கொண்டு நீ நின்றபோது எப்படியடா பார்த்துச் சகித்துக் கொள்ள முடியும்! ஒவ்வொரு நாளும் ஒரு நூறு பண்டாரங்களுக்குச் சோறு போடும் 'சக்தி' பகவத் கடாட்சத்தாலே நமக்கு இருக்கும்போது, நீ எதற்காகத் திருவோடு தூக்கித் திரிய வேண்டும்? நீ, கூப்பிட்ட குரலுக்கு ஓடிவர ஆள் அம்பு, இங்கே இருக்கிறது, அங்கே பெரிய சாமியாரின் துணியைத் தோய்த்துப் போடவும், கைகாலைப் பிடித்து விடவும் வேண்டுமாமே, நீ. மகனே! உனக்கேன் அந்தத் தலையெழுத்து? தேவாரமோ, திருவாசகமோ, உனக்குப் பிடித்தமான எந்தப் புராணமோ, படிக்க வேண்டு மென்றால், இங்கேயே இருந்து படிக்க முடியாதா - பணம்

கொடுத்தால் அந்தப் பண்டாரங்களிலேயே யாராவது ஒரு பண்டிதன், நம் வீடு தேடி வந்து, தேவாரம் பாடுகிறான். இதை விட்டுவிட்டு, புராணம் படித்துப் புண்ணியம் தேடிக் கொள்ள பண்டாராமாக வேண்டுமா? எவ்வளவு கீர்த்தி வாய்ந்த குடும்பம் நம்முடையது? உன் பாட்டனார் - என் தகப்பனார் - பட்டாளத்திலே பெரிய அதிகாரியாக வேலை பார்த்து, பஸ்ரா போய் வந்தார். உன் அப்பா மிலிடரி காண்ட்ராக்ட் எடுத்து ஏராளமாகச் செல்வம் சேர்த்தார் - அவர் செய்யாத திருவிழா உண்டா? போகாத க்ஷேத்திரம் உண்டா? அவருக்கும் புராணம் என்றால் மெத்த பிரியம்தான். நம்ம வீட்டிலே, உனக்கு அப்போது வயது எட்டு, ஏழு இருக்கும், தர்மானந்த பண்டிதர் என்பவர், மூன்று மாதம் தொடர்ச்சியாகத் திருவிளையாடற் புராணம் படித்தார்.''

''திருவிளையாடற் புராணமா? திருவிளையாடற் புராணமா?'' என்று கேட்டுவிட்டு, மகன், கைகொட்டிக் கொட்டிச் சிரித்தது கண்டு, தாயாருக்குச் சிறிதளவு பயமாகக்கூட இருந்தது. மகனுக்கு மனம் குழம்பிவிட்டதோ, என்று.

திருவிளையாடற் புராணம் என்றால், சிரிப்பு 'பகீர் பகீர்' என்று வருவது 'பண்டாரத்துக்கு' வாடிக்கை. அதற்குக் காரணம், அவனுக்கு வெள்ளி அம்பலத்து மடாலயத்திலே, ஆதீனக்கர்த்தா, பிரத்யேகமாக, திருவிளையாடற் புராணத்தைத் தந்து பார்க்கச் சொன்னது தான்! அன்று முதல், திருவிளையாடற் புராணமென்றால் இப்படித்தான் சிரிப்பு வருவது வாடிக்கை.

மகன், இனி மாளிகை வாசத்தை ஏற்றுக் கொண்டு, மனதுக்குப் பிடித்த மங்கையை மணம்செய்து கொண்டு, குதூகலமாக வாழ்வான், கண் குளிரக் காணலாம், என்று தாயார் எண்ணினார்கள். காவியைக் களைந்து விட்டதால், இனிமகன், கனவானாகி ஊர் மெச்ச வாழத் தொடங்குவான் என்று எண்ணிக் கொண்டார்கள்; ஆனால், காவி மட்டும்தான்

போயிற்று, மடத்தைவிட்டு வெளியே வந்தான், உள்ளம் பண்டாரக் கோலத்திலே தான் இருந்தது; உண்மையான பண்டாரமாவதற்காகவே, வெள்ளை வேட்டிக் கட்டிக்கொண்டு, வெள்ளி அம்பலத்து மடாலயத்தை விட்டு வெளியேறினேன் - மீண்டும் சம்சார சாகரத்தில் விழ அல்ல - உமக்கு ஒரு பேரப் பிள்ளையை அளிக்கவல்ல - பிள்ளை, இறந்தவன் இறந்தவனே...! நான், வெள்ளை வேட்டிப் பண்டாரம் - வேதகிரி அல்ல, என்று மகன் கண்டிப்புடன் கூறிவிட்டான்; அப்போது காய்ச்சலும் இருமலும் கண்டு படுத்தவர்கள், எலும்புந் தோலுமாகி, எழுந்து நடமாட மாதம் ஆறு ஆயிற்று.

மகனோ, வெள்ளை வேட்டிப் பண்டாரமாகி விட்டான். குடும்பம் 'வாரிசு' அற்றுப் போகிறது. தாயார், இனி 'சொத்து' யாருக்காக என்று எண்ணத் தலைப்பட்டு, 'தான தர்மம்' தாரளமாகச் செய்யத் தலைப்பட்டார்கள்; மகன், மருத்துவ முறைகள் அறிந்தவர்களை வரவழைத்து உபசரித்து, பணம் செலவிட்டுச் சித்த வைத்திய முறைப்படி மருந்துகள் தயாரிக்கும் பரீட்சையில் ஈடுபட்டான். செடியும் கொடியும், தழையும் வேரும், மலைமலையாக; காய்ச்சுவதும், அரைப்பதும், புடம் போடுவதும் தைலம் இறக்குவதும், மும்முரமாக.

'ஆடாதோடை' இலை ஒன்று மட்டும், ஆயிரத்தெட்டு வகையான மருந்துகள் செய்யப் பயன்படும் என்பார் ஓர் மருத்துவர் - ஆயிரம் ரூபாய் கரையும், மருந்து தயாராகும் - அதைச் சாப்பிட்டவர்களோ 'நோய்' பரவாயில்லை, இப்போது உயிரே போய்விடும் போலிருக்கிறதே என்று கதறுவார்கள், பாழுங் கிணற்றிலே போட்டு விடுவார், மருந்துப் பெட்டியை. 'புடம்' போட்டதிலே ஆறு 'எரி மூட்டை' குறைவு, அதனால் பதம் கெட்டு விட்டது, என்று சமாதானம் சொல்லுவார் மருத்துவர் - அவன் சுத்த மட மன்னார்சாமியாயிற்றே, அவனுக்கு என்ன தெரியும்

வைத்தியம். மலம் கூட மருந்து என்பான், பணம் கறப்பதிலே பக்காப் பேர்வழியாயிற்றே! உங்களை ஏமாற்றி விட்டான் - என்று கூறிவிட்டு, மற்றோர் வைத்தியர், தமது 'வேலையைத் துவக்கி' மேலும் கொஞ்சம் பணத்துக்கு வேட்டு வைப்பார்!

உற்றார் உறவினர்களிலே சற்றுத் தந்திர புத்தி படைத்தவர் களெல்லாம், பல வழியிலும் பணத்தைக் கறந்து கொண்டே இருந்தனர் - தாயாரும் தட்டாமல் தயங்காமல், பத்து கேட்டால் ஐந்தாவது கொடுத்து அனுப்புவார்கள் - ஒரே ஒரு காரியத்துக்கு மட்டும் பண உதவி செய்வதில்லை - கலியாணத்துக்கென்று வந்து கேட்டால், கால் ரூபாயும் தரமாட்டார்கள் - கண்ணீர்தான் சிந்துவார்கள்!

பணம் நம்மை வைத்துக் கொண்டு பலவிதமான சுகானு பவமும், படாடோபமும் பெற முடியாத இவர்களிடம் இருப்பதால், நமது பெருமையே பாழ்பட்டுப் போகிறது, இவர்களிடம் இனியும் இருந்து, நமது மதிப்பைக் குறைத்துக் கொள்ளக் கூடாது என்று கருதியோ என்னவோ, வேக வேகமாக, வெளி இடங்களுக்குச் செல்ல ஆரம்பித்தது! தாயாரும் இறந்து விடவே, வெள்ளை வேட்டிப் பண்டாரம், குறிஞ்சி புரத்தில் மிச்சம் இருந்த சொத்துக்களை உறவினர் களிடம் ஒப்படைத்து 'தர்ம காரியம்' செய்து வரும்படிக் கூறிவிட்டு, 'தேச சஞ்சாரம்' செய்து வந்தான்; மருதூர் வட்டாரம், பண்டாரத்துக்குப் பிடித்துவிட்டது, எனவே, அங்கேயே தங்கி விட்டான். அவன் 'குடில்'தான், அந்தக் கிராமத்துக்கு, வைத்தியசாலை, பள்ளிக் கூடம், படிப்பகம், பஞ்சாயத்து ஆபிஸ், எல்லாம்.

கேலி பேசிப் பொழுது போக்கக்கூட, அவன் 'குடில்' தான்! பண்டாரம்! பண்டாரம்! என்று ஒரு நாளைக்குப் பத்துத் தடவையாவது உச்சரிக்காத ஆளே கிடையாது, மருதூரில்! எல்லோருக்கும், 'பண்டாரம்' ஓர் ஏமாளி என்றுதான் எண்ணம்! ஞானப்பைத்தியம் - கிறுக்கு - என்று கூடச் சிலர்

கூறுவர்! பண்டாரம் இப்படித் தன்னைக் கேலி செய்வதால் சிலருக்கு வேடிக்கையான பொழுதுபோக்கு கிடைக்கிறதே அதற்கு நாம் பயன்படுகிறோமல்லவா, அதுவரையில், நல்லது தான்! என்று எண்ணிக் கொள்வான். அப்படிப்பட்ட உள்ளம் கொண்டவனுக்கு, மாடசாமி தன்னை ஓர் ஏமாளி என்று கூறியது கேட்டுக் கோபமா வரும் - புன்னகை தான் பிறந்தது. "இப்படி வேடிக்கையாகப் பேசிச் சிரித்துக் கொண்டிருக்க வேண்டும், மாடசாமி, 'உம்' மென்று முகத்தை வைத்துக் கொண்டிருப்பதும், உலகத்தையே பறிகொடுத்து விட்டவன் போல அழுது கிடப்பதும் எனக்குப் பிடிப்பதே இல்லை!" என்று பண்டாரம் கூறினான். மாடசாமிக்கு, பைத்தியம் பிடித்து விடுவது போலாகி விட்டது.

அச்சப்பட்டுக் கெஞ்சுபவர்களை அவன் பார்த்திருக்கிறான், பிடித்து அடிக்கும்போது கண்டபடி ஏசுபவர்களை அவன் கண்டிருக்கிறான், ஆனால், தன்னிடம் பாசம் காட்டியும் தனக்கு மகிழ்ச்சி பிறக்கும்படி வேடிக்கையாகப் பேசுபவர்கள் யாரையும் அவன் கண்டதில்லை. படிப்பும் பண்பும் உள்ளவர்களின் தொடர்பே அவனுக்கு ஏற்பட்டதில்லை. இந்தப் பண்டாரம், கள்ளன் என்பதைத் தெரிந்து கொண்ட பிறகும், போலீசில் பிடித்துக் கொடுக்க வில்லை, போய் விடு என் எதிரே நிற்காதே. இப்படிப்பட்ட இழிமகனா நீ, உன்னிடம் நான் இரக்கம் காட்டினேனே ஏமாந்து போய் என்று ஏசவில்லை. மாறாக, வேடிக்கைப் பேச்சல்லவா பேசுகிறான்! இதென்ன விசித்திரமான சுபாவம்! என்றெல்லாம் எண்ணிக் கொண்டான். அவனுக்குத் திகைப்பு மட்டுமல்ல, சிறிதளவு திகில் கூடத்தான் பிறந்தது.

'மாடசாமி! பயமே வேண்டாம் என் விஷயத்தில்' என்று கூறிவிட்டு பண்டாரம், தன் வேலைகளைக் கவனிக்கலானான். உலகிலே இதுவரை பெறாததோர் புதிய அனுபவம் பெற்ற, மாடசாமி, வாயடைத்துக் கிடந்தான்.

விசித்திரமான ஆசாமிதான் என்றாலும், எந்தச் சமயத்திலும் இங்கே ஆபத்து ஏற்படக்கூடும், எனவே சிறிதளவு நடமாட வலிவு ஏற்பட்டதும், ஓடிவிட வேண்டியதுதான்! என்று தீர்மானித்துக் கொண்டான்.

பகுதி: 2

பண்டாரம்! பண்டாரம்! பயலுக்குக் காய்ச்சல் குறைய வில்லை.

காலிலே, முள் தைத்ததே பண்டாரம், அந்த இடம் என்ன புண்ணாகி விட்டதே, கொஞ்சம் பார்.

உன் வாய்க்குச் சர்க்கரை தான் போட வேண்டும். பண்டாரம், நீ சொன்னது போலவே, சொர்ணத்துக்குப் பெண் குழந்தைதான் பிறந்தது.

போ, பண்டாரம், நீ உலகமே தெரியாமல், ஏதேதோ பேசிக் கொண்டு திரிகிறாய். அந்த அநியாயக்காரன் என்னை ஒன்றும் செய்ய மாட்டான். கடனை, சிறுசிறு தவணையாகக் கொடுத்தால் கூட வாங்கிக் கொள்ளுவான், என்று சொன்னாயே, தெரியுமா விஷயம், அந்தப் பாவி, என் நிலத்தை ஏலம் போட ஏற்பாடு செய்து விட்டான்.

ஆமாம், என்னமோ நீ சாது, வம்பு தும்புக்கு வராத ஆசாமி, என்று நாங்கள் உன்னிடம் மரியாதையும் அன்பும் காட்டி வந்தோம். நீ ஊர் உலகத்தையே நாசமாக்கி விடுவே போலிருக்கே. தாலி அறுத்தவளுக்கு மறு கலியாணம் செய்தால் என்ன? அதிலே தவறு இல்லை என்று சாவடியிலே பேசினாயாமே, இதுதான் தர்மமா? ஏன் பண்டாரம், உனக்கு இப்படிப்பட்ட கேடுகெட்ட புத்தி?

அடே அப்பா ஆண்டி! எங்க குடும்பம், பரம்பரையா சிவன் கோயில் பூஜை செய்யறது, உன்னைப்போல நான், ஊரார் மயங்கும்படிப் பேசிண்டு இருக்க முடியறதில்லை. என்னைப் பத்திக் கேவலமாகப் பேசிண்டு திரியறயே, சரியா? உன்னோட ஜோலிக்கு நான் வாரேனா! கோயிலுக்குள்ளே நுழைந்து,

ஸ்வாமி பூஜை செய்ய இந்த அய்யனுக்கு என்ன யோக்கியதை இருக்கு? குடித்து விட்டுக் கூத்தி வீட்டிலே உருண்டு கிடக்கிறவனாச்சே! என்றெல்லாம் உளறிண்டிருக்கியாமே! வேண்டாம், பிராமண தூஷணை, இலேசா விடாது. நாக்கு அழுகி, குஷ்டம் பிடித்துச் சாக நேரிடும். சொன்னேன், இதோடாவது உன்னோட கலகப் புத்தியை விட்டுத் தொலை. ஏதோ, வயத்துக்கு இல்லேன்னா, அஞ்சோ, பத்தோ கேட்டா, தராமப் போவனா? பிழைக்கத் தெரியாமபப்படிக்கு, பெரிய வாளைத் தூஷிச்சிண்டு பகைச்சிண்டு பாழாகாதே - சொன்னேன், கடைசி தடவை. ஆமாம், மறுபடியும் மறுபடியும் என்ன விவகாரத்திலே குறுக்கிட்டிண்டு இருந்தா, தொலைச்சுப்புடுவேன் தொலைச்சி. உஷாரா நடந்துக்கோ, உடம்புத் தோலை உரிச்சுப் போடச் சொல்லுவேன், தெரியறதா! பஞ்சாங்கக்காரப் பார்ப்பான் தானேன்னு பரிகாசமா எண்ணிண்டு கிடக்காதே! என்னோட விரோதம் சாமான்யமா விடாது ஆமாம்.

மாடசாமி ஆச்சரியத்தால் வாய் பிளந்தபடி இருப்பான், இதுபோலெல்லாம், கிராமத்தார் பலர் பலவிதமாக வந்து பேசி விட்டுச் செல்வார்கள், பண்டாரத்திடம்.

த்ன்னாலான உதவியைச் செய்யத் தயங்குவததில்லை, தனக்குத் தெரிந்த யோசனைகளை அக்கறையுடன் சொல்லா மலிருப்பதில்லை, தன்னைக் கோபத்துடன் ஏசுபவரிடம் பதில் பேசுவதில்லை, பண்டாரம் ஒரு புதிராகவே காணப்பட்டான்.

மாடசாமி சிறையிலும் வெளியிலும், காவி கட்டிய சில பண்டாரங்களைக் கண்டிருக்கிறான், கள்ளன் கண்டு அஞ்சத்தக்க காரியங்களைச் செய்து விட்டுக் காவியும் கட்டிக் கொண்டு திரிபவர்களைப் பார்த்திருக்கிறான்; இந்த வெள்ளை வேட்டிப் பண்டாரம், ஆதி கால அதிசய மனிதனாக அல்லவா

இருக்கிறார்!! மாடசாமிக்குத் திகில் கூடக் குறைந்து விட்டது; பண்டாரத்திடம் மதிப்பு ஏற்படலாயிற்று.

உலகிலே மூன்றே தினுசானவர்கள் இருக்கிறார்கள் என்றுதான் மாடசாமி அதுவரையில் எண்ணிக் கொண்டிருந் தான்.

ஊரை அடித்து உலையில் போட்டுக் கொண்டு அந்த வேலையும் ஒருவருக்கும் தெரியாமல் செய்து விட்டு, ஊர்ப் பெரிய மனிதராய் வாழ்வு நடாத்தும் நயவஞ்சகர்கள்; பிழைக்க நாணயமான வழிகள் யாவும் அடைபட்டுபோனதாலோ, ஒரு வழியும் தெரியாததாலோ, மாடசாமியாகிவிட்டவர்கள்; உழைத்துப் பிழைக்கத் தெரியாமல், உலுத்தர்களுக்கு இறையாகி இம்சைப்படும் எளியவர்கள்! இப்படி மூன்று வகைதான், தெரியும்!! இந்தப் பண்டாரம், இந்த மூன்றுக்கும் அப்பாலல்லவா இருக்கிறான்! எப்படி முடிகிறது, இதுபோல் இருக்க? ஏன் இவ்விதம் இருக்கிறான்? இவனுடைய குணம், என் கோபத்தைச் சாகடிக்கிறது கொடியவனாக இருப்பதற்காக நானே வெட்கம் கொள்ள வேண்டும் போலிருக்கிறது. அப்படிப்பட்ட எண்ணத்தை இவனுடைய பேச்சும் என் உள்ளத்திலேயே ஏற்படுத்தி விடுகிறதே! இது போன்றவர்கள், மேலும் சிலர் இருக்கிறார்களா? இருந்தால், உலகின் போக்கேகூட அல்லவா மாறிவிடும்!! என்றுகூட மாடசாமி எண்ணிடலானான். அவன், எப்போதும் தாக்குவது, துரத்தப்படுவது, பிடிபடுவது, தப்பித்துக் கொள்வது, பறிப்பது, அனுபவிப்பது, கிடைக்காத போது அலைவது, கண்டுபிடிப்பது, இவ்விதமான முறையிலே தான் இருந்து வந்திருக்கிறானே தவிர, சிந்தித்ததில்லை, அவசியமே கூட ஏற்பட்டதில்லை.

மாடசாமியின் மனத்திலே புதிய புதிய எண்ணங்கள் கொந்தளித்துக் கொண்டிருப்பது தெரிந்தது பண்டாரத்துக்கு;

அவனுடைய ‘கதை’யைக் கேட்டுத் தெரிந்துகொள்ள வேண்டும் என்றுகூட ஆவல் ஏற்பட்டது.

பண்டாரத்துக்கு அந்த ஆவல் ஏற்பட்டது ஆச்சரியமல்ல, மாடசாமிக்கே அவ்விதமான ஆவல் ஏற்பட்டது. பண்டாரத்தின் ‘கதை’யைத் தெரிந்து கொள்ள வேண்டுமென்ற ஆவல். கேட்கக் கூச்சமாக இருந்தது, கேட்டால் சொல்லமாட்டான் மாடசாமி என்று பண்டாரம் எண்ணிக் கொண்டான்.

புதிய எண்ணங்கள் தன் உள்ளத்தில் கிளம்புவதை மாடசாமி விரும்பவில்லை - எனவே சற்றுச் சிரமப்பட்டேனும், அந்த எண்ணங்கள் வளர விடாமல் செய்து கொள்ள வேண்டுமென்று முடிவு செய்து கொண்டு மீண்டும் முகத்தைக் கடுகடுப்பாக்கிக் கொண்டான் - பண்டாரம், பத்தரைமாத்துத் தங்கமாகக்கூட இருக்கட்டும் நமக்கென்ன, எப்படியோ இங்கு வந்து சிக்கிக் கொண்டு விட்டோம். நாம் யார் என்பதும் இவனுக்குத் தெரிந்து விட்டிருக்கிறது. எந்த நேரத்திலும் காட்டித் கொடுத்து விடக்கூடும். விரைவில் தப்பித்து ஓடிவிட வேண்டும்; இவன் ஏதோ புதிராக இருக்கிறான். ஆனால் எந்தச் சமயத்தில் இவன் மனத்திலே ‘கெட்ட’ எண்ணம் ஏற்பட்டு விடுமோ, யார் கண்டார்கள், என்று தனக்குத்தானே கூறிக்கொண்டான்.

மாடசாமி உடனடியாக மாறிவிட மாட்டான் என்பது பண்டாரம் அறியாததொன்றல்ல, ஆனால் அவன் ‘பக்குவம்’ பெறுவதற்கான வழி ஏற்படக் கூடும் என்ற நம்பிக்கை மட்டும்-, ஏற்பட்டு விட்டது. இதுவே ஒருவிதமான வெற்றிதான் என்று மகிழ்ச்சியடைந்தான் பண்டாரம்.

அன்று வந்திருந்த ‘தபாலைப்’ பார்த்தான பிறகு, பண்டாரம், மாடசாமியிடம், “மாடசாமி! ஓர் அவசர காரியமாக நான்

பக்கத்து நகரம் போகவேண்டி இருக்கிறது. மாலை வந்து விடுகிறேன்'' என்றான்.

மாடசாமிக்குச் சந்தேகமும், பயமும், கோபமும் கொதித்தெழுந்தது.

அடடா! ஏமாந்து போனேன் இவன் பேச்சில் மயங்கி, இவன் பலே பேர்வழி, போலீசாரிடம் நான் சுலபத்தில் சிக்க மாட்டேன் என்பதைத் தெரிந்து கொண்டு, பெரிய அதிகாரிகளையே அழைத்துக் கொண்டுவர, பட்டணம் கிளம்புகிறான். என்னிடம் இனிப்பாகப் பேசி, நம்பவைத்து விட்டுச் செல்லப் பார்க்கிறான். இவனைப் போய் நானோர் ஏமாளி, தங்கக் கம்பி என்று எண்ணிக் கொண்டேனே! - என்றெல்லாம் மாடசாமி நினைத்தான். கோபத்தால் கண்கள் சிவந்து விட்டன. ஒரே பாய்ச்சலாகப் பாய்ந்து பண்டாரத்தின் கழுத்தை நெறித்துப் போட்டு விடலாமென்று தோன்றியது.

“என்ன அவசரமான வேலை?'' சற்றுக் கோபமாகவே மாடசாமி பேசலானான்.

“அவசரம் எனக்கல்ல, வேலையும் என்னுடையதல்ல.'' என்று பண்டராம் கூறிக்கொண்டே இரண்டோர் துணிமணிகளை எடுத்துப் பையில் திணித்துக் கொண்டிருந்தான்.

“இதோ பார் இப்படி! மாடசாமி மன்னார்சாமி அல்ல தெரிகிறதா? பசுத் தோலில் புலி நீ. உன் சூது எனக்குத் தெரியாமலில்லை. போலீஸ் படையை அழைத்துக் கொண்டு வருவதற்குத்தான் நீ பட்டணம் போகிறாய். இன்று நீ தேனொழுகப் பேசியதைக் கேட்டு நான் ஏமாந்து கிடக்கிறேன் என்று எண்ணிக் கொண்டாய். நான் மடையனல்ல, உன் சூது என்னிடம் பலிக்காது'' என்று போருக்கு இழுக்கும் முறையில் பேசலானான் மாடசாமி.

பண்டாரம் சிரித்தான்; சிரித்தது மாடசாமிக்கு மேலும் கோபத்தை மூட்டிற்று.

"சிரிக்காதே! உன் பச்சைச் சிரிப்பை, இந்தப் பட்டிக் காட்டுப் பைத்தியக்காரர்கள் நம்புவார்கள். என்னிடம் செல்லாது."

"மாடசாமி! நீ உண்மையில் ஒரு கோழை..."

"நானா! கோழையா! சிறையில் உள்ள காவலாட்களே, பயப்படுவார்கள், என்னிடம்..."

"ஊரிலே பல பேர், உன்னைவிடக் கோழைகள்! அதற்கென்ன செய்யலாம். போலீசுக்குப் பிடிபடாத புலி! சிறையிலிருந்து தப்பித்துக் கொண்டு வந்து விட்ட சிங்கம்! ஒண்டி சண்டியாகச் சிக்கிக் கொண்டவர்களை ஓடஓட விரட்டி அடிக்கும் வீராதி வீரன் நீ, இப்போது, உன்னைப் பயம் பிய்த்துத் தின்கிறது. நான் போய், போலீசைக் கூட்டிக் கொண்டு வந்து விடுவேன் என்று கிலி கொண்டு விட்டாய், பைத்தியக்காரா, உன்னைப் பிடித்துக் கொடுக்க, நான் பட்டணம் போய், ஒரு படையையே கூட்டிக் கொண்டு வர வேண்டுமா? ஏன், இந்தக் கிராமத்து ஆட்களிடம் சொல்லி, உன்னைப் புளிய மரத்தில் கட்டி வைத்துச் செம்மையாக உதை கொடுத்துப் போலீசிடம் ஒப்புவிக்க முடியாதா! புத்தி இல்லையே உனக்கு! நீ, கள்ளன் சிறையிலிருந்து ஓடி வந்து விட்டவன் என்பது, நீ, எழுந்து உட்காரக் கூடச் சக்தியற்றுப் படுக்கையில் கிடந்தாயே, அப்போதே தெரியுமே, எனக்கு; பிடித்துக் கொடுத்திருக்கக் கூடாதா அப்போது."

"பொய் பேசுகிறாய். நான் மாடசாமி என்பது உனக்கு இப்போதுதான் தெரிந்திருக்கிறது - போலீசை அழைத்துக் கொண்டு வரத்தான் பட்டணம் செல்கிறாய்."

“சந்தேகம், உனக்குப் பயத்தை மூட்டி விட்டது. சங்கடமான நிலைமை, நானோ அவசியம் சென்றாக வேண்டும்.”

“போகக்கூடாது! போக விடமாட்டேன்.”

“போய்த் தீர வேண்டுமே.”

“முடியாது-நீ ஆயிரம் சமாதானம் சொன்னாலும் எனக்கு நம்பிக்கை ஏற்பாடது. நான் வலிவு பெற்று இந்த ஊரை விட்டுச் சென்ற பிறகுதான் நீ இந்த ஊரை விட்டுக் கிளம்ப வேண்டும். ஊரை விட்டு மட்டுமல்ல, இந்த வீட்டை விட்டுக்கூட நீ வெளியே செல்லக் கூடாது. நான் யார் என்பது தெரியும் உனக்கு; நீ வெளியே செல்ல முயன்றால், பிணமாக்கி விடுவேன்.”

“என்னடா, சங்கடம் இது. சரி, மாடசாமி! உனக்குச் சந்தேகம் குடைகிறது. நான் பட்டணம் போவதை நிறுத்திக் கொள்கிறேன், நீ பயந்து சாகாதே; ஆனால் எனக்குப் பதிலாக; நீ பட்டணம் சென்று, நான் சொல்லும் வேலையைச் செய்து விட்டு வரவேண்டும்; அதற்கென்ன சொல்லுகிறாய்.”

“வெட்டிப் பேச்சுப் பேசினால் எனக்குக் கட்டோடு பிடிக்காது.”

“வெட்டிப் பேச்சல்ல விவரமறியாதவனே! வேலை அவசரமான வேலை இருக்கிறது பட்டணத்தில், நான் போய்த் தீர வேண்டும். அல்லது நீயாவது போய் வரச் சம்மதிக்க வேண்டும். நான் ஒரு கடிதம் தருகிறேன், அதைக் கொண்டு போய் நான் குறிப்பிடும் இடத்தில் கொடுத்து விட்டு, அவர்கள் இடும் வேலையை முடித்து விட்டுத் திரும்பி வரவேண்டும்; அவர்கள் எனக்குச் சேதி ஏதேனும் சொல்லி அனுப்புவார்கள்.”

"இதை எல்லாம் காது கொடுத்துக் கேட்டுக்கொள்ள நான் அவ்வளவு முட்டாளல்ல. நீ வெளியே போகக் கூடாது; அவ்வளவுதான்."

"போனால், கொன்று விடுவாய்... அப்படித்தானே"'

"அதிலே சந்தேகமே வேண்டாம். இந்த நிலையிலும் ஓர் ஆளைக் கொல்ல எனக்குச் சக்தி இருக்கிறது."

"இதிலென்ன ஆச்சரியம்! மனிதன் வலிவு கொண்டு மிதித்தால் நசுக்குண்டு சாகக்கூடியது தான் பாம்பு - கடித்துச் சாகடித்து விடுகிறதே மனிதனை, அவன் ஏமாந்திருந்தால்!"

"ஐயா உபதேசியாரே! தலை வலிக்கிறது, உமது உபதேசம் கேட்டுக் கேட்டு, நிறுத்திக் கொள்ளும்."

"ஊர் போகவிடப் போவதில்லை."

"திரும்பத் திரும்ப அதையே கேட்கிறாயே"

"பரிதாபத்தால்தான் கேட்கிறேன். வேறென்ன, நீயோ நோயில் பட்டு வலிவிழந்து கிடக்கிறாய்... உன்னை அடித்துப் போட்டு விட்டுப் போக மனம் இடம் தரவில்லை."

"என்னை... என்ன? என்ன? ஏ! பண்டாரம்! என்ன சொல்கிறாய்? என்னை அடித்துப் போட்டு விட்டுச் செல்லப் போகிறாயா... யார்? நீயா..."

“ஆமாம்! ஏன்? நீ என்ன, குத்துச் சண்டை குப்புப் பயில்வானைவிட பலசாலியோ! குப்புவே, குப்புற விழுந்தான் தெரியுமா...”

“யார், உன்னிடம் குத்துச் சண்டை போட்டா...?”,

“செச்சே! என்னிடமல்ல! குத்துச் சண்டைக் குப்புப் பயில்வானை நாலாவது ரவுண்டிலே குப்புற விழச் செய்தது, பாக்சர் பட்டு...”

“ஆமாம்... தெரியும்...”

“பாக்சர் பட்டு, என் சிஷ்யன்!”

பாக்சர் பட்டு...! என்று அச்சரியத்துடன் கேட்டுக் கொண்டிருந்த மாடசாமிக்கு மின்னல் வேகத்தில் நாலைந்து ‘குத்து’ விழுந்தது, அவன் நிலைகுலைந்து கீழே விழுந்தான் - பண்டாரம், பதறாமல், அவனைக் கட்டிலில் தூக்கிப் போட்டு, அதிலேயே இறுக்கிக் கட்டி விட்டு, பிறகு வெளியே சென்றான்; குடிலைப் பூட்டி விட்டு.

ஒன்றின்மேல், ஒன்றாக அதிர்ச்சிகள் கண்ட மாடசாமிக்கு என்ன செய்வதென்றே புரியவில்லை.

பண்டாரம், இவ்வளவு திறமையான குத்துச் சண்டை வீரனாக இருக்க முடியும் என்று எப்படி எதிர்பார்த்திருக்க முடியும். பரம சாதுவாக இருக்கிறான் தோற்றத்தில், பல்லே ஆடி விட்டது, அவன் தந்த குத்து அவ்வளவு பலமாக இருந்தது. பாக்சர் பட்டுவுக்கு இவன் நிச்சயம் குருதான்! இவன் பண்டாரக் கோலத்தில் இருக்கிறானே தவிர, பலே பக்கா பேர் வழியாகத் தான் இருக்க வேண்டும். பெரிய காலிக்

கூட்டத்தின் தலைவன்! இவன் கிராமத்தில், பெரிய சாது போல இருந்து கொண்டு, தன் ஆட்களை வெளியே வேட்டை நடத்திக் கொண்டிருக்க ஏற்பாடு செய்திருக்கிறான். பூ பறிப்பதும், மூலிகை தேடுவதும், தைலம் காய்ச்சுவதும், கிராமத்துத் தகராறுகளைத் தீர்த்து வைப்பதுமாக இருந்து கொண்டிருக்கிறான் - அது ஊரார் கண்களிலே மண் தூவிட - வெளியே இவனுடைய கும்பல்" கொள்ளை, கொலை நடத்திக் கொண்டு இருக்கிறது. இவன் இப்படிப் பட்டவனாக இருப்பதனால் தான், நான் யார் என்பது கூட இவனுக்குத் தெரிந்திருக்கிறது. இவன் இதுவரையில் போலீசில் பிடித்துக் கொடுக்காததற்குக் காரணம் கூட இப்போதல்லவா தெரிகிறது! போலீசை அழைத்து வந்தால், தன் புரட்டும் எங்கே வெளியாகி விடுகிறதோ என்று இவனுக்குத் திகில். அடா! அடா! நான் தான் ஊர் மிரட்டும் போக்கிரி என்று இறுமாந்து கிடந்தேன், இவன் என்னைப் போன்ற ஆட்கள் ஆயிரம் பேரை எடுத்து விழுங் கியே விடுவான்! அசகாய சூரன்! கண்களே கீழே தெறித்து விழுந்து விடுவது போலல்லவா இருந்தது, பாவிப்பயல், கொடுத்த ‘குத்துகள் - எங்கே, ஒரு குத்துக் கூட என்மீது விழாமல் தடுத்துக் கொள்ள முடியவில்லையே!

இவன், பெரிய திட்டம் ஏதோ போடுகிறான், நிச்சயமாக.

போலீசில் என்னைப் பிடித்துத் தரமாட்டான் - நான் அப்படி முன்பு எண்ணிக் கொண்டது தப்பு, இவன், ஏதோ ஒரு பெரிய கொள்ளை நடத்த, என்னை ஏவப் போகிறான்! சிக்கிக் கொண்டால் தொலையட்டும், வெற்றி பெற்றால் இலாபம் நமக்கு என்று திட்டம் போட்டு அதற்காகவே என்னைக் காப்பாற்றி வருகிறான்!!

செச்சே! உலகம் என்னென்ன விசித்திரம் நிரம்பியதாக இருக்கிறது. ஒரு கிராமமே இந்தக் கபடனிடம் ஏமாந்து போய் இருக்கிறதே!! என்னதான், இனிக்க இனிக்கப் பேசினாலும்,

இவன் ஒரு பக்காப் பேர் வழி என்பதைக் கண்டு கொள்ளவா 'இதுகளால்' முடியாமற் போய்விட்டது!

கிராமத்து மக்கள் மீது தவறில்லை. குத்து விழுவதற்கு ஒரு வினாடிக்கு முன்பு வரையில், இவன் ஒரு வெகுளி, ஏமாளி, விசித்திரமானவன் என்றுதானே நம்பிக் கொண்டிருந்தேன். எத்தனை விதமான எத்தர்களைப் பார்த்திருக்கிறேன்; இவ்வளவு அனுபவம் இருந்தும் - நானே இவனுடைய பேச்சாலும் போக்காலும் ஏமாந்து போனேன் என்றால், பாவம், சூதுவாதறியாத இந்தப் பட்டிக்காட்டுப் பூச்சிகள் எப்படி ஏமாறாமல் இருக்கும்!!

மாடசாமி இவ்விதமாக வெல்லாம் எண்ணிக் கொண்டான், வலியும் களைப்பும் அவனைச் செயலற்றவனாக்கி விட்டது; கண்கள் வேறு 'சொக்க'த் தொடங்கிற்று. என்ன இது? மயக்கமாக வேறு இருக்கிறதே!! ஐயோ! அவனுடன் பேசிக் கொண்டே அவன் தந்த 'காபியை' வாங்கிக் குடித்தேன் - அதில் ஏதாவது மயக்க மருந்து இருக்குமோ... என்ன கர்மமடா இது... புலிக் குகையிலே வந்து சிக்கிக் கொண்டு விட்டோம்... ஒரே இருட்டாகிக் கொண்டு வருகிறது... என்னமோ போலிருக்கிறது... ஐயோ! பாவி, என்னமோ செய்து விட்டுப் போய் விட்டானே...

மாடசாமி பிணம் போலானான் - மயக்கம் அவனைப் பலமாகப் பிடித்துக் கொண்டு விட்டது.

பகுதி: 3

மாடசாமியை அடித்துக் கீழே விழுத்தி விட்டு, பச்சா தாபப்பட்டபடிதான் பண்டாரம் வெளியே சென்றான்.

பாவம்! பலமாகத்தான் அடித்து விட்டேன். வேறு வழி? சந்தேகமும் பயமும் அவன் மிருக உணர்ச்சியை மேலோங்கச் செய்து விட்டது. அவனிடம் பேசிப் பயன் காண முடியாத நிலை, மிருகமானான், மிருகமானேன்!! எத்தனையோ ஆண்டுகளாக, இதுபோன்ற செயலில் ஈடுபடாமல் இருந்து வந்தேன் - இன்று வேறு வழியில்லை!! என்ன செய்வது? பலருக்குப் பலவிதமான நியாயம் எடுத்துச் சொல்கிறேன் ? கோபம் கூடாது - ஆத்திரம் ஆகாது - பலாத்காரம் மிகக் கேவலமானது - தலை போகும் தகராறு ஆனாலும் இதமகாப் பேசிச் சமரசம் காண முடியும் - சச்சர விடுவது மனிதத் தன்மை அல்ல, என்றெல்லாம் சொல்லி வருகிறேன் - எத்தனை எத்தனையோ ‘பேர்’ திருந்தி வரவும் காண்கிறேன். ஆனால் நான் மிருகமானேன்!! நோயால் தாக்குண்டு கிடக்கிறான், பயந்து சாகிறான் அந்தப் பரிதாபத்துக்குரியவன், திருப்பித் தாக்கவோ, தடுத்துக் கொள்ளவோ, சமாளிக்கவே சக்தியற்ற நிலையில் இருக்கிறான் - அந்த நிலையில் அவனைப் பலமாகத் தாக்கி விட்டேன், மயக்க மருந்து போதும் - அது வேலை செய்யட்டும் - என்று கூடப் பொறுமையாக இருக்க முடியவில்லை. சாந்த போதனை எல்லாம், பஞ்சாகிப் பறந்து போயிற்று தவறு செய்து விட்டேன், அதுவும் நிலைமையைச் சமாளிக்கத்தான் என்று அவனிடம் பிறகு விளக்கம் கூறி மன்னிப்புக் கேட்டுக் கொள்ள வேண்டும்.

பண்டாரம், தன் எதிரே வந்தோரிடம், அதிகம் பேசாமல், வேகமாக நடந்து சென்றார்; இரயிலடி மூன்று கல்தொலைவில் இருந்தது; ‘ஊருக்கு உபகாரி’யாகையால், பண்டாரத்துக்குப் பேச்சுத் துணையாகச் சென்று

வரவேண்டுமென்று, சிலர், பேசிக் கொண்டே உடன் சென்றனர்; அவர்களைத் தடுத்து நிறுத்தி விட்டு, அவசரமான வேலை, விரைவிலே முடித்துக் கொண்டு, பொழுது சாய்வதற்குள் வந்து விடுவதாகக் கூறிவிட்டு, வழக்கத்தைக் காட்டிலும் அதிக வேகமாகச் சென்றார். அவர் இரயிலடி செல்வதற்கும், வண்டி வருவதற்கும் சரியாக இருந்தது. டிக்கெட் பெற்றுக் கொண்டு, அவசர அவசரமாக ஏறிக் கொண்டார்; உட்கார இடம் பார்க்கும்போது,

"நமஸ்காரம்! சௌக்கியமா?" என்று கேட்டுவிட்டு, ஒரு மாது புன்னகை செய்தபடி, தன் எதிரில் இருந்த இடத்தைக் காட்டி உட்காரச் சொன்னாள். வண்டியில் ஏற்கெனவே உட்கார்ந்திருந்த அந்தக் கிராமத்தார் சிலர், பண்டாரத்திடம் அந்தப் பெண் பேசியது கண்டு, முகம் சுளித்துக் கொண்டனர்.

"மறந்தே போயிட்டிங்களா?"

"இல்லே! இல்லே!"

"பல வருஷமாகுதே! அதனாலே கேட்டேன். ஆமாம், எங்கே வாசம்? என்ன வேலை?"

"இதே கிராமத்திலே தான்! வைத்தியம்"

"அதை எப்ப கத்துக்கொண்டிங்க. நான், நீங்க ஏதோ கதா காலட்சேபம் செய்து கொண்டிருப்பிங்கன்னு எண்ணிக் கொண்டேன்."

"இல்லே..."

"ஆமாம்! எத்தனையோ வருஷத்துக்குப் பிறகு சந்திக் கிறோம். ஒரு வாஞ்சனை, விசுவாசம் இல்லாமல், யாரோ

அறிமுகமாகதவர்போலே அருவருப்பாப் பேசறிங்களே. ஏன்? என் மீது என்ன கோபம்?"

"எனக்கென்ன கோபம்? களைப்பு, வேறொன்று மில்லை"

களைப்பு என்று சொன்னவுடன், அந்த மாது, வெள்ளிக் கூஜாவைத் திறந்து, சூடான காப்பியை டம்ளரில் ஊற்றி அவரிடம் கொடுத்தாள். மறுக்க முடியவில்லை. டம்ளரைக் கையில் வாங்கிக் கொண்டவர், சிறிதளவு சாப்பிட்டு விட்டு, வண்டியில் உட்கார்ந்திருந்த ஒரு குழந்தைக்குத் தரப்போனார்; குழந்தையின் பாட்டனார், பண்டாரத்தைப் பார்த்து, "நீங்க சாப்பிடுங்க, பண்டாரத்தய்யா! அந்த அம்மா, பாவம் அம்மாம் ஆசையா கொடுக்குது; சாப்பிடுங்க..." என்று குறும்புத்தனமாகச் சொன்னார். அந்த அம்மை, இதைச் சட்டை செய்வதாகத் தெரியவில்லை. பண்டாரத்துக்கும் தனக்கும் நீண்ட காலப் பழக்கமும், தொடர்பும் உண்டு என்பதை அனைவரும் அறிந்தாக வேண்டும் என்ற எண்ணத்துடன் பேசுவது போலவே நடந்து கொள்ளத் தலைப்பட்டார்கள்; பண்டாரத்தின் பாடு, சிறிதளவு சங்கடமாகி விட்டது. வண்டியில் பலரும் தன்னைக் கூர்ந்து நோக்குவதைத் தெரிந்து, கூச்சமும் அடைந்தார்.

"எங்கே போவுது?" என்றான் கிழவன்.

"எழிலூருக்குத்தான்" பண்டாரம் கிழவனுக்குப் பதிலளித்தான் - மாது "அடெ! தெய்வ சங்கற்பத்தைப் பாருங் களேன் - நானும் அங்கேதான் போகிறேன்" என்றாள். கூறிவிட்டு "எழிலூரிலே, எங்கே? என்ன வேலை? எத்தனை நாள் தங்கப் போகிறிங்க?" என்று கேள்விகளைப் பூட்டினாள்.

"ஒரு அவசர வேலை; போய் அதைப்பார்த்துவிட்டு, மாலையே வந்துவிட வேண்டியதுதான்" என்றார் பண்டாரம்.

விடவில்லை அந்த மாது! பத்து வருஷத்துக்கு முன்பு இருந்திருக்க வேண்டிய, குழைவுடன், "விடுவேனா! பார்த்து எத்தனையோ வருஷமாகுது. நாளைக்கு நம்ப தங்கச்சிக்கு நிச்சயதார்த்தம்; அதுக்கு இருந்து, சுபகாரித்தை நடத்தி வைத்து விட்டுத்தான், ஊர் திரும்ப வேணும்" என்றாள்.

"பழம் நழுவிப் பாலிலே விழுந்ததுன்னு பழமொழி சொல்லுவாங்களே, பண்டாரத்தய்யா, இதுதான் அது!" என்று கிழவர் மீண்டும் கேலி பேசினார்.

"நல்லாச் சொன்னிங்க தாத்தா! இவரை நான் கும்பிடப் போன தெய்வம் குறுக்கே வந்தது போலக் கண்டேன்; என்னோட குடும்பத்திலே நடக்கிற சுபகாரியம் இவர் இருந்து நடத்திக் கொடுக்கும் 'பாக்கியம்' இருக்குது பாருங்கோ. என்னோட ஜாதகபலன் அப்படி" என்று கிழவர் கேட்கா விட்டால்கூட, மளமளவென்று தனக்கும் பண்டாரத்தாருக்கும் எவ்வளவு சொந்தம் என்ற 'கதை'யையே கூறிவிடுவாள் போலிருந்தது. கிழவர் அதுவரையில் காத்துக் கொண்டிருப் பானேன் என்று தானாகவே கிளற ஆரம்பித்தார்.

"அம்மோய்! இவர் எங்க கிராமத்திலே கண் கண்ட தெய்வம் மாதிரி. இவர் இல்லாமெ ஒரு காரியமும் நடக்காது. காவி கட்டாத சாமியாருன்னு பேரு..." என்றார்.

"அவருக்கு என்னங்க! எங்கே இருந்தாலும், தங்கம் தங்கம்தானே. உங்க கிராமத்திலே அவருக்கு இருக்கிற மதிப்புத்தானா பிரமாதம்" என்று பீடிகை போடலானாள்.

ஓடிக் கொண்டிருந்த இரயில், ஒரு குலுக்கு உலுக்குடன் திடீரென்று நின்றது; வண்டியிலிருந்தோர், பதறிப் போயினர். என்ன? என்ன? ஏன் வண்டியை நிறுத்தி விட்டான் என்று கேட்டபடி, பலரும் வெளியே பார்த்தனர், வண்டியிலிருந்து

ஒரு கும்பல் அதற்குள் கீழே இறங்கி, 'சேதி' விசாரிக்கலாயிற்று.

சின்னஞ்சிறு சிசு!

தங்க விக்கிரகம் போலக் குழந்தை!

எந்தப் பாவியோ!

திருட்டுக் குழந்தை!

டிரைவர் ரொம்பக் கெட்டிக்காரன்; வண்டியை, வேறே ஒருத்தனாலே இப்படி நிறுத்தியிருக்க முடியாது.

ஆமாம், குழந்தை இந்நேரம் கூழாகிப் போயிருக்கும்.

பலர் பலவிதமாகப் பேசிக் கொண்டனர். சிறிது நேரத்திற் கெல்லாம், வண்டி புறப்பட்டது.

"கேட்டிங்களா, முன்னே ஒரு ஆறு மாசத்துக்கு முந்தி..." என்று பேச்சுத் துவங்கிய, அந்த மாது, எதிரே இருந்த பண்டாரத்தைக் காணாமல், கிழவரைப் பார்த்து "எங்கே அவரு?" என்று கேட்டாள். கிழவரும் அப்போது தான், பண்டாரம் இல்லாததைத் தெரிந்து கொண்டார். 'ஆமாம், அடெ, காணோமே, கீழே இறங்கிப் போச்சி, திரும்பி வரவில்லை" என்றான்.

"அவசரத்திலே வேறே வண்டியிலே ஏறிவிட்டிருக்கும்" என்றாள் மாது.

“அது ஞானப்பைத்தியம், வேறே வண்டியிலே ஏறி இருந்தாலும் இருக்கும், கீழேயே நின்று விட்டாலும் ஆச்சரியப் படுவதற்கில்லை” என்று கூறினான்.

அடுத்த நிற்குமிடத்தில், பண்டாரம், வருவார் என்று நம்பிக்கையுடன் இருந்த மாது, ஏமாற்றமடைந்தாள்.

பண்டாரம் இல்லாவிட்டாலென்ன, நம்மிடம் வம்பளந்து கொண்டு வருவாள், என்று கிழவன் எண்ணி ஏமாந்தான்; அந்த மாது, பக்கத்தில் இருந்தவர்களை இடம் ஒதுக்கச் சொல்லி, படுத்துக் கொண்டு கண்களை மூடிக் கொண்டாள்!

பிச்சைக்காரச் சிறுமி ஒருத்தி,

காணக் கண் காட்சியே
காஞ்சி கருடசேர்வை
காணக் கண் காட்சியே

என்று பாடிக் கொண்டிருந்தாள்.

“தப்பினேன்! என் மானத்தையே வாங்கி விட்டிருப்பாள், அந்த வம்பளப்புக்காரி -இரயில் நின்றது நல்லதாகி விட்டது.” என்று எண்ணியபடி வெள்ளை வேட்டிப் பண்டாரம் சாலையோர மாக நடந்து கொண்டிருந்தான். சிறிது தூரம் சென்றதும் ஒரு போக்கு வண்டி கிடைத்தது. அதிலேறிக் கொண்டு எழிலூர் சென்றான்.

எழிலூர் அன்று எழிலுடன் விளங்கிற்று. எங்கும் தோரணங்கள், வளைவுகள், விழாக்கோலம்!

தென்னாடுடைய சிவனே போற்றி!
எந்நாட்டவர்க்கும் இறைவா போற்றி!
நீறில்லா நெற்றிபாழ்!
அன்பே சிவம் சிவமே அன்பு!
அருளுடையார் எல்லாம் உடையார்
அஃதிலார் என்னுடையரேனும் பயனிலார்
வெள்ளி அம்பலத்து வேந்தே வருக!
திரிபுரதகனன் திருப்பாதம் போற்றுவம்!
மக்கள் புகலிடம் மடாலயம் அறிவீர்!

ஊரெங்கும் இதுபோன்ற அலங்கார வளைவுகள்!

'வெள்ளை வேட்டி' புன்னகையுடன், இவற்றைப் பார்த்திடக் கண்ட போக்கு வண்டிக்காரன்,

"இதிலே ஒண்ணும் குறைச்சல் இல்லீங்க, தம்பிரான் வருகிறார், தரிசிக்க வாங்க, தட்சிணை கொடுங்க என்று தம்பட்டம் அடிக்கிறாங்க பலமா! ஊரிலே ஊர்க்குடி கெடுப்பவனுடைய கொட்டம் அடங்கலிங்க. அடக்க எவனும் இல்லே!" என்று முணுமுணுத்தான். அவன் பேச்சு தனக்குப் பிடிக்காததுபோலப் பாவனை செய்து, வாதாடி, அவனுடைய மனத்திலே குமுறிக் கொண்டிருந்த எண்ணங்களை எல்லாம் வெளியே வரச் செய்து வெள்ளை வேட்டி மகிழ்ச்சியுற்றான்.

"இப்படி எல்லாம் பேசுவது பாபம் தோஷம்."

"இந்தப் பூச்சாண்டி காட்டிக்காட்டித்தானே, எங்களை எல்லாம் வாயில்லாத பூச்சிகளாக்கி விட்டாங்க."

“பெரியவர்கள் ஏற்பாடப்பா, இதை எல்லாம் குறை கூறினா...”

“நாக்கு அழுகிப் போகும்! தலையிலே இடி விழும் என்று சொல்லப் போறிங்க, வழக்கமாகச் சொல்லுகிற பேச்சுத்தானே! சும்மா சொல்லுங்க! நித்த நித்தம் செத்துச் செத்துப் பிழைப் பதைக் காட்டிலும், தலையிலே இடி விழுந்து, பிராணன் ‘பட்டு’ன்னு போயிட்டா நல்லதுதான்.”

“மேல் உலகத்திலே...”

“மேலாவது கீழாவது! நீ சுத்தக் கர்நாடகம் போல இருக்கு, ஒரு இழவும் உனக்குப் புரியமாட்டேனென்குது. அதெல்லாம், இட்டுக்கட்டி விட்டது. யாருக்கு இப்ப அதெல்லாம் நம்ப முடியுது.”

இப்படி உரையாடல் வளர்ந்து, இறுதியில், வண்டிக்காரன், வெள்ளை வேட்டிக்க ‘ஆசிரியன்’ வேலையே பார்க்க ஆரம்பித்து விட்டான்.

எவ்வளவோ முற்போக்கு மலர்ந்து விட்டது! பழைமை வேகமாக மடிகிறது! புதுமைக் கருத்துகள் அழகழகாகப் பூக்கின்றன! அடுத்த தலைமுறை நிச்சயமாக அறிவொளி பெற்றதாக இருக்கும் என்றெண்ணி வெள்ளை வேட்டி மகிழ்ந்தான்.

ஒரு பெரிய மாளிகையில் மடாதிபதி வந்து தங்கி இருக்கிறார் என்றும், நாலு நாட்கள், சமயப் பிரசாரமும், தரிசனமும் நடைபெற ஏற்பாடாகி வருவதாகவும், வண்டிக் காரன் கூறினான்.

"இந்தப் பக்கத்திலேயுள்ள மிட்டா மிராசுகள் அத்தனையும், பட்டை பட்டையாக விபூதி பூசிக்கொண்டு பக்திக் கோலத்திலே, மடாதிபதியைத் தரிசிக்க வந்திருக்கிறார்கள்" என்ற செய்தியையும், வெள்ளை வேட்டிக்குக் கூறினான், தானும், மடாதிபதியைக் காணவே செல்வதாகக் கூறி இருந்தால் போதும், வண்டியிலிருந்து கீழே இறக்கியே விட்டுவிட்டிருப்பான் போலிருந்தது! அவ்வளவு வெறுப்புடன் இருந்தான், வண்டிக் காரன்.

வெள்ளை வேட்டி, மடாதிபதியிடமிருந்து வந்த அவசரக் கடிதம் கண்டே எழிலூர் வந்தது.

எல்லோரும் சென்று மடாதிபதியைத் தரிசித்து வந்த மாளிகைக்குச் செல்லவில்லை - வேறோர் பிரத்யேகமான விடுதியைக் குறிப்பிட்டிருந்தார், அங்குதான் வெள்ளை வேட்டி சென்று இறங்கிக் கொண்டான்.

வெள்ளி அம்பலத்தாரைக் காண வந்த சீமான்களும், பூமான்களும், காணிக்கையாகக் கொடுத்து விட்டுத் திருவிளையாடற்புராணப் பெரும்பொருள் விளக்கலானார், திரு. தில்லைச் சபேசன் அடிகளாரின் சொற்பொழிவினைக் கேட்டு, மகிழ்ந்ததாகப் பாவனை காட்டிக் கொண்டிருந்தனர். வெள்ளை வேட்டி சென்ற விடுதியில், மடாதிபதி வேறோர் பிரத்யேகப் பொருள் விளக்கம் அளித்துக் கொண்டிருந்தார்.

"எப்படி ஸ்வாமீ! நம் தங்கபஸ்பம்?"

"செச்சே! மிகப் பொல்லாததப்பா..."

"இந்த வயதிலே, சந்தானம் ஏற்படாது என்றல்லவா சன்னிதானம் எண்ணிக் கொண்டது."

“ஆமாம், அந்தத் தைரியத்திலேதான்...”

“குழந்தை தங்கவிக்கிரகம் போல, ஸ்வாமீ.”

“தங்கமாவது, வெள்ளியாவது, வெளியே தெரிந்தால், தலைபோகும்...”

“தெரிந்தால்தானே...”

“காலம், வரவர ரொம்ப மோசமாகிக் கொண்டு வருகிற தய்யா, வைத்தியரே, இந்த விஷயம் வெளியே வந்து தொலைத் தால், தீர்ந்தது; தொலைத்து விடுவார்கள் என்னை. என்னை மட்டுமல்ல, மடாலயத்தையே இடித்துத் தரை மட்டமாக்கி விடுவார்கள்.”

“பயமே வேண்டாம், ஸ்வாமிகளே, சேதி நமக்குக் கிடைத்து விட்டது. குழந்தையைப் போலீசார் கண்டெடுத்து, அனாதை விடுதியில் சேர்த்து விட்டனர்.”

“அந்தச் சனியன்...?”

“நம்ம வீட்டில்! ஆரோக்கியம் பெற ஆனதெல்லாம் செய்து கொண்டு வருகிறேன். ஆனால்...”

“ஆனால் என்னய்யா...?”

“மூளை குழம்பிப் போயிருக்கும் போலிருக்கிறது... எதேதோ உளறிக் கொண்டு...”

“மடத்தைப் பற்றி ஏதாகிலும்...”

"மற்ற எதைப் பற்றியுமே பேசுவதில்லை... பயம் இல்லை... நான் கூடுமான வரையில் முயற்சிக்கிறேன் குணப் படுத்த... முடியவே முடியாது என்று தெரிந்தால், பிறகு..."

"சிவ, சிவ! எல்லாப் பாபமுமா செய்து?..."

"பாபம் என்று ஏன் பெயர் கொள்கிறீர், ஸ்வாமி! பரிகாரம் என்று கூறுமே."

பண முடிப்புப் பெற்றுக் கொண்டு, வைத்தியர் சென்றார்; ஆபத்து வராது தப்பினோம் என்பதாலே ஓரளவு ஆனந்த மடைந்த மடாதிபரிடம், பணியாள் வந்து, வெள்ளை வேட்டி வந்திருப்பதாகத் தெரிவித்தான்-, உடனே, அறையில், மறைக்க வேண்டிய சாமான்களை மறைக்கச் சொல்லி விட்டு, மடாதிபதி, 'தரிசனம்' தரச் சித்தமானார்.

உள்ளே நுழைந்ததும், வெள்ளை வேட்டி, சம்பிரதாய முறைப்படி, கீழே வீழ்ந்து வணங்குவான் என்று மடாதிபதி எண்ணிக் கொண்டார்; வெள்ளை வேட்டியோ, 'வணக்கம்' கூறிவிட்டு, கீழே அமர்ந்தான். இவ்வளவுக்கு மேல் இவனிடம் எதிர்பார்த்ததே தவறு என்பதை உணர்ந்துகொண்ட தம்பிரான் கனிவினை வரவழைத்துக் கொண்டு பேசலானார்.

"பார்க்க வேண்டும் என்ற ஆவல், தம்பி, அதனாலே தான் சொல்லி அனுப்பினேன்..."

"எனக்கு மெத்த ஆச்சரியமாகி விட்டது... என்னை வெறுத்துத் தள்ளிவிட்டிருப்பீர்கள், அல்லது அடியோடு மறந்து போயிருப்பீர்கள் என்று எண்ணிக் கொண்டேன்..."

“நானா, உன்னை மறப்பதா, உமையொருபாகன் மீது ஆணை; தம்பி, உன்னை நான் ஒவ்வொரு கணமும் எண்ணிக் கொள்ளுவேன். என்றும் மறக்க முடியாத மாபெரும் சேவை புரிந்தவனல்லவோ நீ. உன்னை எப்படி மறக்க முடியும். தம்பி, சகல சுகபோகங்கள் உனக்காகக் காத்துக் கொண்டிருந்தும், காவியைக் களைந்தெறிந்துவிட்டு, மடாலயத்தை விட்டு வெளியேறத் தீர்மானித்தாயே, அன்று என் உள்ளம் எரிமலையாகத்தான் இருந்தது. தீப்பொறி பறக்கப் பேசினேன்; உன்னைத் தீர்த்துக் கட்டி விடக் கூட எண்ணினேன், ஆனால், என்னென்பேன் இறைவன் திருவருளை, நீ மடாலயத்தைவிட்டு வெளியேறிய பிறகு, நான் புதிய மனிதனே ஆகி விட்டேன். எல்லா, இழிசெயல்களையும் அறவே ஒதுக்கி விட்டேன். கெட்டது எல்லாம் பட்டொழிந்தன. திரு அருள் பெறுதலன்றி, பழைய திருவிளையாடல்கள் அனைத்தையும் அடியோடு விட்டொழித்தேன். பரிசுத்தமாகி விட்டேன். பானம் கண்டால் இப்போதெல்லாம் குமட்டல். ஆமாம், நீ நம்பமாட்டாய் - பாவையர் அனைவரையும் நான் சாட்சாத் பார்வதியாகவே மதிக்கிறேன். பாவக் கடலிலிருந்து வெளியேறி விட்டேன். இதை உனக்குக் கூறி, உன் மனத்தைக் களிப்பிக்கவே உன்னை வரச் சொன்னேன்.”

“மெத்த மகிழ்ச்சி, உண்மையிலேயே மகிழ்ச்சி அடைகிறேன்.”

“மடாலயத்திலிருந்து வெளியேறிய பிறகு, உன்னால் என் பெயருக்கு இழுக்கு வரும், மடாலயத்துக்கு எதிர்ப்பு ஏற்படும் என்றெல்லாம் கூட எண்ணினதுண்டு.”

“நான்தான், உறுதி அளித்தேனே, உலகிலே காணக் கிடக்கும் அக்கிரமங்கள் கணக்கிலடங்கா. நான் யார், அவை குறித்துத் தனிப்பட்டவர்களைத் தூற்ற, திருத்த முயல்கிறேன்.”

“திருவருளின் துணை உன் பக்கம் இருக்கிறது. நான் திருந்தி விட்டேன். உலகைத் திருத்த உன் ஒத்துழைப்பைக் கேட்டுப் பெறவே, அழைத்தேன்.”

“நான் இருக்குமிடத்திலே அதே தொண்டுதான் செய்து கொண்டு வருகிறேன்...”

“நான் இருக்குமிடத்திலே அதே தொண்டுதான் செய்து கொண்டு வருகிறேன்...”

“அதை, என் உதவியையும் பெற்றுச் செய்யலாகாதா?”

“மக்கள், போதுமான உதவி அளிக்கிறார்கள்...”

“நானும், என்னாலானதைச் செய்ய எப்போதும் சித்தமாக இருக்கிறேன். இங்கு, என்னைத் தரிசிக்கப் பக்தர்கள் வருகிறார்கள்; நானோ உன்னைப் பார்ப்பதிலே பரமானந்தம் அடைகின்றேன். என்னுடன் நீ ஒத்துழைத்தால், மக்களிடம், குறிப்பாக ஏழை மக்களிடம் பக்தி, ஒழுக்கம், அறநெறி, அன்பு மார்க்கம் ஆகியவற்றைப் பரப்பலாம்... என் ஆசை அது...”

வெள்ளை வேட்டிக்கு விஷயம் விளங்கி விட்டது. மடாதிபதி வலை வீசுகிறார் என்பது புரிந்தது; ஆனால் இத்தனை ஆண்டுகளுக்குப் பிறகு, இந்த அவசியம் ஏன் வந்தது என்பது மட்டும் தெரியவில்லை.

சமூகத்திலே சன்மார்க்கம் பரப்பப்படவேண்டும் என்பதிலே, மடாதிபதி அக்கறை காட்ட முற்பட்டிருப்பது உண்மை யென்றே வைத்துக் கொண்டால் கூட, அதற்குத் தன்னை அழைப்பானேன் என்பது, வெள்ளை வேட்டிக்குப் பெருத்த

ஆச்சரியமாகவே இருந்தது. சிந்தனையுடன் போராடிக் கொண்டிருந்த இந்த நிலையினை, சம்மதத்தின் அறிகுறி என்று மடாதிபதி தவறாகக் கணக்கிட்டுக் கொண்டு, நம்பிக்கையுடன் மீண்டும் பேசலானார்.

"ஏழை எளியோர்க்கு இதம் செய்யும் ஏற்பாடுகள், நிரம்பப் பொருட்செலவு தருவது. அதற்கு எத்தனை கோடி செலவிட்டாலும் தகும். ஏழை மக்களிடம், பக்தி, ஒழுக்கம், வளரச் செய்ய வேண்டும்..."

"அங்கே, அது நிரம்ப இருக்கிறது. பக்தியும் ஒழுக்கமும் ததும்பும் மனம் கொண்டவர்கள்தாம் ஏழை எளியவர்கள். பாடுபடும்போதெல்லாம் பரமனை எண்ணிக் கொண்டுதான் இருக்கிறார்கள். பார வண்டியை மாடுபோல இழுத்துச் செல்லும் போதும் அவர்கள் பகவானை மறப்பதில்லை. அடிபட்டால்கூட, இராமா என்று துதிக்கிறார்கள். சும்மா இருக்கும் போதுகூட, அவர்கள் கடவுளை மறப்பதில்லை. சிவனே என்று சும்மா இருக்கிறேன் என்றல்லவா பேசுகிறார்கள். பக்தியும் ஒழுக்கமும் தேவைப்படுவது பணக்கார உலகுக்குத்தான். அங்கு அந்தச் சரக்குக்கு மதிப்பில்லை. என் போன்றோரிடமிருந்து அவர்கள் அதனை வாங்கவே மாட்டார்கள்."

"நகைச்சுவையுடன் பேசுகிறாய்; சுவடிகளைப் படித்துப் படித்து நெட்டுருப் போடுகிறார்கள், மடாலயத்திலே, மடச் சாம்பிராணிகள் சுவைபடப் பேசத் தெரிவதே இல்லை. சரி, உன் மனம் எப்போது இடம் கொடுக்கிறதோ, அப்போது தாராளமாக வரலாம். என் உதவி எப்போதும் உண்டு. எந்த அளவுக்கு வேண்டுமாயினும் உண்டு..."

"மிக்க நன்றி, மிக்க நன்றி."

“உன் பெருங்குணத்தாலேதான், நான் இந்தப் புதிய எண்ணம் கொண்டேன்.”

“என்னை மிகவும் புகழ்கிறீர். நான் அதற்கெல்லாம், பாத்திரனாக ஏற்றவனல்ல.”

“சிப்பி அறியுமா, தன்னிடம் உள்ள முத்து எவ்வளவு விலையுயர்ந்தது என்பதை?”

முத்து என்ற சொல், வெள்ளை வேட்டிக்கு ஓர் அதிர்ச்சியே கொடுத்தது போலாகி விட்டது. அதைக் கண்டு கொண்டார் மடாதிபதி, சிறிது கேலி தொனிக்கும்படி பேசலானார்.

“எடுக்கவே முடியாத ஆழ்கடலுக்குள்ளே வீழ்ந்து விட்டாலும், விலையுயர்ந்த ‘முத்து’ என்றால் மனம் சாந்தி அடைவதில்லை. அப்படித்தானே. முத்து... அழகான பொருள். எவ்வளவு விலை கொடுத்தேனும் வாங்கிட வேண்டும் என்று, அதன் அருமை தெரிந்தோர் கூறுகிறார்கள்.”

“ஆமாம்...”

“புலவர்கள், ஏனோ தெரியவில்லை, ஆழ்கடல் மூழ்கி அரும் பாடுபட்டு, எடுத்திட வேண்டிய, விலையுயர்ந்த ‘முத்து’ எனும் பொருளுக்கு ஒப்ப, முத்தம்தனைக் குறிப்பிடுகிறார்கள்.”

“தெரியவில்லை”

“ஏதோ பொருள் இருக்க வேண்டும். நிச்சயமாக இருக்க வேண்டும்...”

“நமது தமிழ் மக்கள், தம் மக்களுக்கு, இந்த அரிய பொருளின் பெயர்களை எல்லாம் சூட்டி மகிழ்ந்திடும் திறமை இருக்கிறதே, அது பிற எந்த நாட்டாருக்கும் கிடையாது அல்லவா, பொன்னன் - பொன்னி - தங்கம் - தங்கப்பன் - முத்து - மரகதம் - இரத்தினம் - மாணிக்கம் - இப்படி எல்லாம் பெயரிடுகிறார்கள்.”

“ஆமாமாம்...”

“முத்து - இரத்தினம்... அழகான பெயர்கள்”

மடாதிபதி பொருளற்று இப்படிப் பேசவில்லை என்பது வெள்ளை வேட்டிக்குப் புரியாமலில்லை, “முத்து - இரத்தினம்”

பல பெயர்களைக் கூறுவது போலத் துவக்கி, எந்த இரு பெயர்கள், தன் வாழ்க்கையிலே ஓர் அதிர்ச்சியைக் கொடுத் தனவோ, அந்த இரு பெயர்களைப் பொறுக்கி எடுத்து, முத்து... இரத்தினம் என்று நிதானமாகக் கூறிக் கொண்டே மடாதிபதி தன்னை உற்று நோக்குவதிலே, ஏதோ உட்பொருள் இருக்கிறது என்பதை வெள்ளை வேட்டி உணர்ந்து கொண்டான்.

“முத்து... இரத்தினம்...” என்று மீண்டும், மடாதிபதி, தனக்குள் கூறிக் கொள்பவர்போலக் கூறினார்.

வெள்ளை வேட்டி, இனி இதைத் தடுக்காமலிருக்கக் கூடாது என்ற எண்ணத்தில், “அழகான பெயரிடுவதிலே நமது மக்களுக்கு அலாதியான ஆசைதான்! மலர்களின் பெயரைச் சூட்டியும் மகிழ்கிறார்களல்லவா...

“ஆமாம்...” என்றார் மடாதிபதி ஆலோசித்தபடி.

“மனோரஞ்சிதம், பங்கஜம்! என்பவை, அழகான பெயர்களல்லவா...”

“ஆமாம்... அழகான...”

“பெயர்கள்! உச்சரிக்கும் போதே, பெற்றோரும் பெற்றோரும் மகிழ்கிறார்கள்.”

“ஆமாம்... அதென்ன, பெற்றோரும், பெற்றோரும் என்று...”

“காரணமின்றி அடுக்கினேன் என்கிறீரா... அப்படி நான் செய்யும் பழக்கமே கிடையாது. பெற்றோர் என்று தாய் தந்தையரைக் குறிப்பிட்டேன், மனோரஞ்சிதத்தையும் பஞ்கஜத்தையும், அடையப் பெற்றோர் - உண்டல்லவா, அவர்களைக் குறிப்பிட மற்றோர் பெற்றோர்.”

“சொற் சிலம்பத்திலும் வல்லவனாக இருக்கிறாய்”

“தேவைக்கு ஏற்றபடி பலவற்றைப் பெறவேண்டி வருகிறது. நேரமாகிறது, நான் வருகிறேன்”

வெள்ளை வேட்டி, விடை பெற்றுக் கொண்டு, வெளியே புறப்பட்டான் - சிறிதளவு கோபத்துடன்தான்.

ஏதோ தலைபோகிற காரியம் இருப்பது போலத் தன்னை வரவழைத்து வெட்டிப் பேச்சுப் பேசி வீண் பொழுது ஓட்டினானே மடாதிபதி என்ற கோபம், பேச்சோடு பேச்சாக,

முத்து - இரத்தினம், என்று குத்தல் பேச்சுப் பேசியதனால் மேலும் கோபம்.

முத்து, இரத்தினம் - வெள்ளை வேட்டி எவ்வளவோ முயன்றான் அந்த இரு பெயர்களை மறந்திட முடியவில்லை.

மடாதிபதிமீது வந்த கோபம்கூட ஓடிவிடுகிறது - முத்து - இரத்தினம் என்ற பெயர்கள் மனத்தைக் குடைகின்றன.

மனோரஞ்சிதம் - பஞ்கஜம் மடாதிபதியின் காமச் சேட்டைக்குப் பலியாகிப் பாழான பலரில் இருவர், வெள்ளை வேட்டி, 'பக்குவம்' பெறத் தங்கி இருந்தபோது, இந்த இரு மயக்குவிழி மாதர்களையும் சந்தித்திருக்கிறான். மடாதிபதி, தன்னைக் கேலி பேச முற்படுவது உண்டு, அவர் போக்கைத் தடுக்க, பழைய சம்பவம் எனக்கும் தெரியும் என்பதைக் குறிப்பிட, அந்தப் பெயர்களைக் கூறினான், ஆனால், முத்து -இரத்தினம் என்ற பெயர்களோ...!

பகுதி: 4

முத்து, முத்து என்று எத்தனை எத்தனை இலட்சம் தடவை உச்சரித்திருக்கிறான் - எழுதியிருக்கிறான்.

"தூக்கத்திலேகூட என் பெயரைக் குளறிக் கொட்டுவீர்கள் போலிருக்கிறதே. அம்மா காதிலே விழுந்தால் கேலி செய்யமாட்டார்களா...?" என்று முத்து கூடக் கேட்பதுண்டு.

"என்னால், எப்படி என் ஜீவ மந்திரத்தை உச்சரிக்காமலிருக்க முடியும், முத்து" என்று, அப்போது ஜெபித்திருக்கிறான், வெள்ளை வேட்டி.

முத்து - இரத்தினம். இரு குமாரிகள், சிலம்பவித்தை நிபுணன் செந்திலாண்டிப் பயில்வானுக்கு. அந்த வட்டாரத்திலேயே, செந்திலாண்டியிடம் அனைவருக்கும் அச்சம். முன் கோபம் அடிக்கடி கொப்பளிக்கும் - அப்போது குறுக்கிடுபவர் யாரானாலும், ஆபத்துதான், அவ்வளவு முரட்டுத்தனம்.
செந்திலாண்டியின் முரட்டுத்தனத்தால் ஏற்பட்ட ஆபத்தை விட அதிகமான ஆபத்தைக் கிளறும் இரு குமாரிகள் முத்துவும் இரத்தினமும்! முத்து மூத்தவள், அடக்கத்திலும் வயதிலும் இரத்தினம் இளையவள், சிறிதளவு பளபளப்புக்காரி; இருவரும் கேரளத்துக் கட்டழகி தந்த கனிகள்; செந்திலாண்டி, பாண்டி மண்டலத்து வீர மரபினன்; வாழ்ந்து கெட்ட குடும்பத்தினன்.

செந்திலாண்டியின் சிலம்பக் கூடத்திலே, வெள்ளை வேட்டி, முத்து அழைத்ததால் சேர்ந்திடவில்லை. உடற்கட்டு வளமாக இருக்கிறது தம்பி, முறைப்படி பயிற்சி பெற்று, சிலம்பம் கற்றுக் கொண்டால், தென்பாண்டி மண்டலத்துக்கே நீ

அதிபனாகலாம் என்று கூறிச் செந்திலாண்டிதான் அழைத்துச் சென்றான்.

இந்தப் பயலுக்கு ஏன் புத்தி இப்படிக் கெட்டுவிட்டது? இவனுக்கு இருக்கிற செல்வத்துக்கு இராஜகுமாரனைப் போலச் சொகுசாக வாழலாம்; அதை விட்டுவிட்டு மீசை முறுக்குக்காரர் களுடன் கூடிக் கொண்டு, குத்துச் சண்டைக்காரனாகிறானாமே, ஏன் இப்படிக் கோணல் புத்தி வந்ததோ தெரியவில்லையே - என்று ஊர்ப்பிரமுகர்கள் பேசினர் - எனினும் வெள்ளை வேட்டி அதனைப் பொருட்படுத்தவில்லை; மிகச் சிறந்த திறமை பெற்றான். செந்திலாண்டி தன் அனுபவம் முழுவதையும் சேமித்து வைக்கத் தகுந்தவன், என்று வெள்ளை வேட்டியைத் தேர்ந்தெடுத்தது போல மிக அக்கறையாகப் பயிற்சி அளித்து வந்தான். சிலம்ப வித்தையில் நிபுணனாக விளங்கிய செந்திலாண்டியை எதிர்த்து நிற்கக் கூடியவர்கள் அந்த வட்டாரத்திலே யாரும் கிடையாது; ஆனால் அவனை வாட்டி வதைத்திடும் ஆற்றல் கொண்டது அபின்! மதுவிலக்குக் காரணமாக, அவனுக்கு அபின் கிடைப்பது கடினமாகி விட்டது. இச்சகம் பேசும் பழக்கமோ, இளித்து நிற்கும் வழக்கமோ அற்ற செந்திலாண்டி, அபின் பெறுவதற்காக, எவனெவனையோ அண்ட வேண்டியதாயிற்று; யாராரையோ ‘அண்ணாச்சி’யாக்க வேண்டி வந்தது; படாத பாடுபட்டு, பல்லிளித்து, கைகூப்பி, அபின் பெற்று வந்தான். அதற்கு அடியோடு முட்டு ஏற்பட்டு விடவே, முடவன் போலாகி நோய் வாய்ப்பட்டு, இறந்தே போனான். சிலம்பக்கூட ‘பாரம்’ - வெள்ளை வேட்டி மீது வீழ்ந்தது; முத்து இரத்தினம் இருவரையும் காப்பாற்றித் தீர வேண்டிய பெரும் பொறுப்பும் ஏற்பட்டது.

முத்துவுக்கு வெள்ளை வேட்டி, தன் இதயத்தில் ஏற்கெனவே இடமளித்திருந்தான். செந்திலாண்டிக்கு இலேசாக அது

தெரிந்தது; ஓரிரு தடவை, மகளைக் கண்டித்து வைத்தான். ஆனால் வழக்கமான முன்கோபத்துடன் அல்ல.

“ஆசை பொல்லாதது முத்து, ஆமாம், பெரிய இடத்துப் பிள்ளையாண்டான். தங்கமானவன்தான். ஆனால், ஊர் உலகத்துக்குப் பயந்து நடக்க வேண்டியவன். கட்டுத் திட்டத்தை மீறக் கூடாதவன். வீணாக நம்பி மோசம் போகக் கூடாது” என்று புத்திமதி சொல்லி வைத்திருந்தான். ஆனால், புத்திமதி புகக் கூடிய நிலையில் அந்தப் பூவையின் மனம் இல்லை. வெள்ளை வேட்டிதான், இதயக் கோவிலில் நிரம்பி நின்றது.

அவர் அப்படிப்பட்டவரல்ல. அந்தஸ்து பேதம், ஜாதி வித்தியாசம் என்பவை அர்த்தமற்றவை என்று எனக்கே தெரிகிறதே; எவ்வளவோ அறிவாளியான அவருக்கா அது தெரியாது - புரியாது - என்று எண்ணினாள்.

முத்து, அவனை நம்பியதிலே தவறேதுமில்லை. வெள்ளை வேட்டி, நம்பினோரை மோசம் செய்பவனுமல்ல; நாற்றமடித்துக் கிடக்கும் ஜாதி வித்தியாசத்தை மதிப்பவனுமல்ல; உண்மைக் காதல் அவனுக்கு ஏற்பட்டுவிட்டது; ஊரார் பழித் தாலும், உற்றார் எதிர்த்தாலும், அஞ்சி ஆமையாகி விடுபவனல்ல; பெற்ற தாயின் கண்ணீருக்கு மட்டுமே அஞ்சுபவன். தாயின் சம்மதத்தை மெல்ல மெல்லப் பெற வேண்டும் என்பதற்காகவே காத்துக் கிடந்தான்.

செந்திலாண்டி இறந்த பிறகு, ஊர்ப்பழி, வெள்ளை வேட்டி மீது அதிகமாக விழ ஆரம்பித்தது. மண்டையை உடைத்து விடுவான்; கை காலை ஒடித்து விடுவான்; மகாமுரடன்; முன் கோபக்காரன்; என்று செந்திலாண்டியைப் பற்றிய பயம்

இருந்ததால் வாய்மூடிக் கிடந்த மக்கள், அவன் இறந்த பிறகு, தைரியமாகத் தூற்ற ஆரம்பித்தனர்.

"இராதா - ருக்மணிபோல, வெள்ளை வேட்டிக்கு, முத்து - இரத்தினம் கிடைத்து விட்டார்கள். ஒரே பிருந்தாவன லீலைதானாம். ஜலக்கிரீடையும் உண்டாம்" என்று பேசுவர்.

சிலம்பக் கூடத்து ஆட்களுக்கும் ஊரிலுள்ள வம்பளப்புக்காரர்களுக்கும் இதனால் பல இடங்களிலே அடிதடிச் சம்பவங்கள்.

இந்தத் தொல்லை போதாதென்று, 'முத்து' திடீரென்று வாத நோய்க்கு ஆளாகி, எழுந்து நடமாட முடியாத நிலை பெற்றாள். வெள்ளை வேட்டி, ஆயிரமாயிரமாகச் செலவு செய்தும் பயன் ஏற்படவில்லை.

எழில் துளியும் குன்றவில்லை. இளமை மெருகு கலைய வில்லை; அந்த மோகனப் புன்னகை; குறுகுறுப்பான பார்வை, கலகலப்பான பேச்சு, எல்லாம் அப்படியே இருந்தது. ஆனால் முத்து, எழுந்து நடமாடும் சக்தியை மட்டும் இழந்து விட்டாள். என்ன செய்வான் பாபம். அவள் மீது உயிரையே வைத்திருக் கிறான். ஒருபோதும் அவளைக் கை விடமாட்டான். என்றாலும், இந்த நிலையில், எப்படித் தான் அவளைக் கலியாணம் செய்து கொள்ள முடியும் - என்று சிலம்பக் கூடத்தாரே, சிந்தை நொந்து பேசிக் கொண்டனர்.

'முத்து' மிகுந்த அறிவுள்ளவள்; தன் நிலையால் ஏற்பட்டு விட்ட 'இக்கட்டை' நன்றாகப் புரிந்து கொண்டாள்; அவளும், தன்னை மறந்து விடும்படி, எவ்வளவோ இதமாக எடுத்துரைத் தாள்.வெள்ளை வேட்டிக்கு, எதுவும் செவியில் ஏறவில்லை. எப்படியும், தகுந்தவரைப் பிடித்து குணமாக்கித் தீர வேண்டும்

என்று அலைந்தபடி இருந்தான்; சிலம்பக் கூடமே சோபையும் சுறுசுறுப்பும் இழந்து விட்டது.

'இரத்தினம்'-பளபளப்புக்காரி என்பதைச் சிலம்பக் கூடத் தவர்கள் அறிந்திருந்தனர்; அந்தப் பாவையின் மனத்திலே, ஓர் நச்சரவம் புகுந்ததை அவர்கள் முதலில் அறிந்து கொள்ள வில்லை. முத்து, பயனற்றவளாகி விட்டாள். வெள்ளை வேட்டியை வேறோர் வனிதை தன்னவனாக்கிக் கொள்ளுமுன்பு, தானே முயற்சித்தால் என்ன என்று எண்ணினாள். அந்தச் சபலம் குடி புகுந்ததும், இரத்தினம், சாகசக்காரியாகவே மாறினாள். வெள்ளை வேட்டி, வெளியே சென்று அலுத்துத் திரும்பியதும், உபசாரம் செய்யும் பொறுப்பைத் தனதாக்கிக் கொண்டாள். முத்துவுக்கான உதவிகளைச் செய்ய வெள்ளை வேட்டியை விடுவதே இல்லை. 'அத்தான்' அத்தான்!' என்று அடிக்கொரு தடவை, புதிய பாசத்துடன் கூப்பிடத் தலைப்பட் டாள். இதன் பொருளை, அவன் அறிந்து கொள்ளவில்லை! ஆனால் நோய்வாய்ப்பட்டிருந்த முத்து இதை உணர்ந்து கொண்டாள். அவள் உள்ளம் உடைந்து விட்டது. உண்மையிலேயே அவளுக்கு நோய் ஏற்பட்டு விட்டது. சந்தேகம் பலமாகி விட்டது; சச்சரவு மூண்டது சிலம்பக் கூடம் இருகட்சியாயிற்று.

"முடமான பிறகு, இவளுக்கு ஏன் வீண் ஆசை?" என்பான் ஒருவன்.

"முடமாகட்டும், குருடாகட்டும் இந்தச் சிறுக்கி எப்படியடா, அக்காவுக்குத் துரோகம் செய்யலாம்?" என்று கோபிப்பான் மற்றொருவன்.

“இது சகஜமப்பா. ஒரே குடும்பம். அக்கா தங்கை, நடக்க வேண்டியது முறைப்படி நடக்கிறது” என்று சமரசம் பேசுவான் வேறொருவன்.

“போடி அம்மா. படுக்கையைத் தட்டிப் போடு!” - என்று முத்து, கூறுவாள்.

“அக்கா, உன் குத்தல் பேச்சு எனக்குப் புரியாமல் இல்லை. முடியுமானால், நீயே செய்யேன், அந்தக் காரியத்தை. வாய்மட்டும் அடங்கவில்லையே உனக்கு!”

“கால் முடமானது போல, கள்ளி, என் கண் குருடாக வில்லையே”

“புத்தி இருந்தால், நீ இப்படிப் பேச மாட்டாய், அக்கா!”

“அக்காவாம், அக்கா, ஏண்டி, பசப்பிக் காட்டுகிறாய் பாவி!”

இப்படியெல்லாம் அமளிகள், வெள்ளை வேட்டிக்கு வேதனை ஏற்பட்டு விட்டது.

“முத்து! நான் என்னை உனக்குக் கொடுத்து விட்டேன். நீயும் நானும் ஓடி ஆடி விளையாடி மகிழ முடியாது போய் விட்டது; ஆனால் ஒன்று மட்டும் உறுதியாக வைத்துக்கொள். வேறு ஒருத்தியுடன் நான், காதலுலகில் நடமாடமாட்டேன். என் திருமணம், நிறைவேறி விட்ட சம்பவம். அதன் சுவையை நான் இழந்து தவிக்கிறேன். வேறு கனி தேடிச் சுவைத்திடும் கயவனாக மாட்டேன். உன்னுடன் இன்ப வாழ்வு நடத்த கடைசி வரையில் முயல்வேன், முடியாவிட்டால், முத்து! என் அன்பே! என் இன்பமே, காவி, காவிதான், பண்டாரமாகி விடுவேன்! பரதேசிக் கோலம்,” என்று உள்ளம் உருக

உரைத்தான். முத்து, அந்த விநாடி பெற்ற ஆனந்தம் அவளை எங்கெங்கோ அழைத்துச் சென்றது.

முத்துவுக்கு நோய் வேகவேகமாகி முற்றிக் கொண்டு வந்தது. கருமேகம் விழுங்க விழுங்க பொலிவினை இழந்திடும் முழுமதிபோல, அவளுடைய பொலிவு மங்கி, மறையலாயிற்று, முதுமை அவளைப் பீடித்துக் கொண்டது. எங்கிருந்தோ ஓர் அவலட்சணம் படை எடுத்து வந்து முற்றுகையிட்டு, அவளைப் பலி கொண்டது. உள்ளத்தில் மட்டும் ஓர் ஒளிவிளக்கு சுடர் விட்ட வண்ணமிருந்தது.

காதலில் ஏமாற்றமும் திகைப்பும் கண்டவன், காவி கட்டாமலேயே, பரதேசியானான். 'பிழைப்பதற்கில்லை, நான் தர வேண்டிய மருந்து அத்தனையும் தந்தாகி விட்டது' என்று சோகமாகக் கூறிவிட்டு, மருந்துப் பையைச் சுற்றிக் கொண்டு மருத்துவர் கிளம்பியான பிறகு, மரணத்தின் பிடியிலிருக்கும் தன் மதலையை எப்படித் தாய், வேதனை விம்மிடும் நிலையில், காண்பாளோ, அந்த விநாடியிலும் பிழைத்திட மார்க்கம் கிடைக்காதா என்று ஏங்கித் தவிப்பாளோ, அதுபோல வெள்ளை வேட்டி, முத்துவைப் பார்த்தான்.
"கொடுநோயே, என்னைத்தான் கொல்ல முடிகிறது உன்னால்! ஆனால், இதோ பார், என்மீது அவர் கொண்ட அன்பினை, தூய காதலைத் தொடக் கூட உனக்குச் சக்தி இல்லை" என்று எண்ணிப் பெருமைகூட பட்டாள் முத்து, சில வேளைகளில்.

சாகசம் குடிபுகுந்த மனத்தினாளான இரத்தினம், மின்சார வேகத்தில், மயக்குக்காரியானாள்.

சுத்த வெகுளி, ஏமாளி, அதுக்க ஏத்தது இது - என்று கேலி பேசி, வெள்ளை வேட்டியை இகழ்ந்தாள். வேறு இரை தேடினாள். கிடைத்தது. சிலம்பக்கூடம், தன் இராஜ்யபாரத்துக்குச் சரியாக இல்லை என்று எண்ணினாள் -

சர்க்கஸ் கம்பெனிக்கு அவளை நடன மாதாக அழைத்துச் சென்றான் சாமுண்டி.

முத்து கதறினாள். ஊர் கேலி பேசிற்று. சிலம்பக்கூடம் கலைக்கப்பட்டது. வேதனை வேகமாக உருவெடுத்து முடிவினை அறிவித்துவிட்டது. முத்துவின் கல்லறையைத் தன் கண்ணீரால் அபிஷேகித்துவிட்டு, காவி கட்டினான், காதல் கைகூடாதவன்.

இந்தப் பழைய நினைவுகள் குடையக் குடைய, வெள்ளை வேட்டி வீடு திரும்பிக் கொண்டிருந்தான்.

மயக்கம் தெளிந்த மாடசாமி, வெள்ளை வேட்டியின் வரவுக்காகக் காத்துக் கிடந்தான், கழுத்தை நெறித்தே கொன்று போடுவது என்ற எண்ணத்துடன்.

பழைய சம்பவங்களை எண்ணியதால், வேதனையைத் தாங்கிட வேண்டி ஏற்பட்டதால், சோக முகத்துடன், வெள்ளை வேட்டி வந்து சேரக் கண்ட மாடசாமி செயலற்றவனானான்.

"என்னை மன்னித்து விடு மாடசாமி! நான் ஒரு கணம் மிருகமாக வேண்டி நேரிட்டது" என்று கூறிக்கொண்டே, கீழே சிதறிக் கிடந்த பத்திரிகைகளை ஒழுங்குபடுத்தலானான், வெள்ளை வேட்டி.

மாடசாமி மாண்டு போனான் கொள்ளைக்காரனின் கோர முடிவு, என்ற தலைப்புகளுடன், ஒரு பத்திரிகையில் சிறையி லிருந்து தப்பி ஓடிய மாடசாமி இரயில் விபத்திலே மாண்டு போனதாகவும், கூழாகிப் போன நிலையிலும் போலீசார் மிக்க சாமார்த்தியத்துடன் மாடசாமியை அடையாளம் கண்டறிய முடிந்தது என்றும், செய்தித் தெரிவித்தது. வெள்ளை வேட்டி உரத்த குரலில் சிரித்தபடி, மாடசாமியின் கட்டுகளை

அவிழ்த்துக் கொண்டே, "அதிர்ஷ்டக்காரனப்பா நீ! ஆமாம், நல்ல காலம் உனக்கு மாடசாமி, இனி உனக்கு ஒரு தொல்லையும் ஏற்படாது. ஒரு பயலும் உன்னை ஒன்றும் செய்ய முடியாது" என்று கூறினான்.

"ஏ! பைத்தியம்! உளறியது போதும், முதலிலே, என்னை அடித்ததற்கும், கட்டிப் போட்டதற்கும் தகுந்த சமாதானம் சொல்லு, இல்லையானால், உன்னை உயிரோடு விடப் போவதில்லை" என்று மாடசாமி உறுமினான்.

"உன்னை மட்டும் உயிரோடு விட்டு வைப்பார்களா! உன்னைத்தான் சாகடித்து விட்டார்களே! நல்ல அதிர்ஷ்டக் காரனப்பா நீ! செத்து போய் விட்டாயே!! போலீசில் பிடிபடாமல், இனி நீ நிம்மதியாக இருக்கலாம்!" என்று வெள்ளை வேட்டி பேசக் கேட்ட மாடசாமிக்குக் கோபத்தையும் பிளந்து கொண்டு சிரிப்பு வந்தது.

"உன்னுடைய பைத்தியக்காரத்தனத்துக்கு ஓர் அளவே கிடையாதா! என்னைச் சாகடித்து விட்டார்கள் என்கிறாய்! இனி நான் நிம்மதியாக வாழலாம் என்கிறாய்! உளறிக் கொட்டிக் கொண்டு கிடக்கிறாய், உன்னைப்போய் இந்த ஊர் ஏமாளிகள், ஞானவான் என்கிறார்கள்!" என்று கூறினான். வெள்ளை வேட்டி பத்திரிகையில் வெளிவந்த செய்தியைப் படித்துக் காட்டி விளக்கிய பிறகுதான், மாடசாமி சிந்திக்கலானான்.

"உன்னைப் பற்றி நான் ஒவ்வொரு முறை போடுகிற கணக்கும் தப்பாகவே இருக்கிறது. என்னால் உன்னைப் புரிந்து கொள்ளவே முடியவில்லை. போக்கிரிகளிடம் காணப்படும் வலிவு இருக்கிறது - அதேபோது பரதேசிகள் கொள்ள வேண்டிய போக்கும் இருக்கிறது! ஒரு கணம் உன்னை நான், ஊரைக் கொள்ளையடிக்கும் பேர்வழி என்று

எண்ணவேண்டி வருகிறது, மறுகணமோ நீ ஊருக்கு உபகாரியாக இருப்பதையும் காணவேண்டி இருக்கிறது. என்னைப் போலீசில் பிடித்துக் கொடுக்கவே, என்னைக் கட்டிப் போட்டு விட்டுப் போனாய் என்று எண்ணி, உன்னைக் கொன்று போடுவது என்றே முடிவுக்கு வந்தேன். நீயோ, நான், இனி பயமின்றி உலவ முடியும் என்ற நம்பிக்கையைத் தரும் செய்தியைக் கொண்டு வந்திருக்கிறாய். என்னதான் உன் உண்மையான குணம்! ஒன்றும் புரியவில்லையே...'' என்றான்.

''உன்னை எனக்குப் புரிகிறது... நன்றாக...'' என்றுரைத்தான் வெள்ளை வேட்டி.

மாடசாமி பதில் பேசவில்லை; சிந்தனையிலாழ்ந்தான்; வெள்ளை வேட்டி வேலைகளில் ஈடுபட்டான். வழக்கமாக, உதவி தேடி வருபவர்கள், வந்தனர். அவர்களின் வாட்ட வருத்தத்தைப் போக்கும் காரியத்தில் ஈடுபட்டு மகிழ்ந்தான்.

நாட்கள் ஓடிக்கொண்டே இருந்தன; நடமாடும் சக்தியை மாடசாமி பெற்றான்.

இங்கேயே இருக்கிறாயா, வேறு எங்கேயாவது போகப் போகிறாயா, என்று கேட்பதைக் கூட வெள்ளை வேட்டி விட்டு விட்டது கண்டு மாடசாமிக்கு ஆச்சரியமாக இருந்தது. மாடசாமி புதியவனாக முடியுமா என்ற ஆராய்ச்சியை மட்டும் வெள்ளை வேட்டி விட்டு விட்டதாகத் தெரியவில்லை. மாடசாமிக்கோ, அங்கு வருபவர்களிடம் பற்றோ பாசமோ ஏற்படவில்லை; வெறுப்புடன் பேசுவான்.

''மாடசாமி! அந்தக் கிழத்தால், பாபம், வழி அறிந்து நடக்க முடியாது, பார்வை பழுதாகி விட்டது பச்சிலை கட்டி வைத்திருக்கிறேன், வீடு வரையில் போய்விட்டு வா!'' என்று வெள்ளை வேட்டி கூறி உதவிக்கு அனுப்பும்போது கூட

கிழவனிடம் அனுதாபம் கொண்டு போக மாட்டான் - வெள்ளை வேட்டி சொல்லும் வார்த்தையைத் தட்டி நடந்திடக் கூடாது என்பதற்காகத்தான் செல்வான். வழியிலே கூட, கிழவனிடம் வாஞ்சனையுடன் பேச மாட்டான். மனம், பாறையாகவே இருந்தது! பாறை மீது உட்கார்ந்து விட்டு மீண்டும் பறந்து சென்று விடும் பறவைகள் போல, சிற்சில வேளைகளிலே வெள்ளைவேட்டி புகுத்தும் எண்ணம், மனத்திலே தங்கும், மறுகணமே, பறந்தோடிப் போகும்!

பகுதி: 5

ஊர் பெரியதனக்காரர் உத்தண்டிக்கு ஒரே மகள் ஒன்பது பத்து வயது, பட்டினத்தில் பாட்டி வீட்டில் தங்கிப் படித்துக் கொண்டிருந்தாள் பாலா. விடுமுறைக்காக வந்த பாலாவுக்கு, ஒரு சிறு புறாக்குஞ்சு கிடைத்தது. அதை வளர்த்திட ஆவல். உத்தண்டி ஒரே அடியாகக் கூடாது என்று மறுத்து விடவே, வெள்ளை வேட்டியிடம் வந்தாள் அந்தச் சிறுமி. அந்தச் சமயம் வெள்ளை வேட்டி அங்கு இல்லை! மாடசாமி மட்டுமே இருந்தான்.

“தாத்தா! தாத்தா! இதோ புறாக் குஞ்சு - இதை எனக்காக வளர்த்துக் கொடேன். வீட்டிலே அப்பா திட்டுகிறார்” என்று கொஞ்சு மொழியில் பேசினாள் பாலா.

கொஞ்சுமொழியைக் கேட்டுப் பழக்கமே கிடையாது மாடசாமிக்கு.

எப்போதாவது ‘எதிர்ப்பட்டது’ கிடைக்கும்; அதுகள் பெற்ற குழந்தைகளின் முதுகில் அறை கொடுத்து. மூலையில் படுக்க வைத்து விட்டு வந்து, பேசும் - அவ்வளவுதான் அவன் பார்த்தது. இந்தப் பெண் பாலா, நீண்டகாலம் தன் பராமரிப்பில் இருந்தது போல அல்லவா கொஞ்சிப் பேசுகிறாள்! “புறாக் குஞ்சும் பூனைக்குட்டியும், போ! போ! தூக்கிக் கொண்டு போ!” என்று மிரட்டிப் பார்த்தான்.

“போ, தாத்தா! பாபம், இந்தப் புறாக் குஞ்சுக்குத் தாயும் இல்லை, தகப்பனும் இல்லை! இறக்கைகூடச் சரியாக முளைக்க வில்லை. பாவம். யாரும் கவனிக்காவிட்டால், செத்துப் போகும் பூனை பிடித்துத் தின்றுவிடும்.” என்று சொல்லும் போதே, சிறுமியின் கண்களில் நீர் தளும்பிற்று.

மாடசாமியின் பாறை மனத்திலே ஏதோ ஓர் விதமான உணர்ச்சி புகுவது போலிருந்தது.

"தெ! பொண்ணு! எனக்கு என்ன தெரியும் புறா வளர்க்க! எல்லாம் அந்தப் பண்டாரம் வந்தபிறகு சொல்லு, அவன் புறாவையும் வளர்ப்பான் - புலிக்குட்டியையும் வளர்ப்பான்" என்று கூறினான் மாடசாமி.

"தாத்தா! நீ இவ்வளவு நாளாக இங்கேயே இருக்கிறயே, அவர்கிட்டே இருந்து, இதெல்லாம் கத்துக் கொள்ளலையா..." என்று அந்தச் சிறுமி கேட்டுவிட்டு, மீண்டும் கொஞ்சலானாள்.

புறாக்குஞ்சு, தத்தித் தத்தி மாடசாமிக்கு அருகே வந்தது.

சிறுமி, கைதட்டிச் சிரித்துக் கொண்டே, "பார், தாத்தா, பாரு! நீ வேண்டாம் என்றாலும், புறாக் குஞ்சு உன்னைத் தேடிக்கிட்டுத்தான் வருது" என்றாள். மாடசாமிக்குச் சிரிப்பை அடக்க முடியவில்லை.

புறாக்குஞ்சை எடுத்துத் தடவிக் கொடுத்தபடி, "ஏது, இது?" என்று கேட்டான்.

"மரத்துப் பொந்திலே இருந்து கீழே விழுந்து விட்டது தாத்தா! பாபம். பூனை பார்த்தா, தீர்ந்தது, தின்னுப் போடும். பெரிசானா, தாத்தா, புறா அழகா இருக்கும், எனக்குப் புறான்னா ரொம்ப ஆசை..." என்றாள் சிறுமி.

"சரி! சரி! நீ போ, நான் பார்த்துக் கொள்கிறேன்" என்றான் மாடசாமி.

ஒரு பொறுப்பு தன்னிடம் ஒப்படைக்கப்பட்டது என்ற தத்துவம் அவனுக்குத் தெரியவில்லை. ஒரு தொல்லை ஒழிந்தது - என்று எண்ணிக் கொண்டுதான், சிறுமியை அனுப்பி வைத்தான்.

புறாக்குஞ்சு, அவனுடைய உள்ளங்கரத்தின் கன கனப்பை மெத்த விரும்புவதுபோல, படுத்துக் கொண்டது.

உன்னிப்பாக அதைப் பார்க்கலானான்.

முட்டை... குஞ்சு ஆயிற்று... முட்டைக்குள்ளே இது இருந்திருக்கிறது... இந்தக் கால்கள் - கண்கள்... வேடிக்கை தான்! முட்டை உடைந்து போயிருந்தால்...? குழம்புதான்! குஞ்சு ஏது! இதுகூடத்தான், கவனிப்பாரற்றுப் போனால், செத்து விடும்... பிறகு! குப்பைதான்! ஈ எறும்பு மொய்த்து அரித்துத் தொலைத்து விடும்...

புறாக்குஞ்சு, கத்திற்று, பசி போலிருக்கிறது... சனியன் போல இது ஒன்று வந்து சேர்ந்தது... சரி... சரி... இரு... இரு... இது என்ன தின்னும்?... ஏதேதோ போடலாம் என்று எண்ணினான்.

புறாக்குஞ்சுடன், மாடசாமி பேசவே ஆரம்பித்துவிட்டான்!

“அடச்சே, ஏன் இப்படிக் கத்தித் தொலைக்கறே... பசியா... இருக்கும்... இருக்கும்... என்ன செய்யும் பாபம், குஞ்சுதானே... பெரிசானா, பறந்து போகும் இரை தேடித் தின்னும்... இப்ப...” என்று மாடசாமி, தான் பேசுவதை வெள்ளை வேட்டி கேட்டுக் கொண்டிருப்பது தெரியாமல் சொல்லிக் கொண்டிருந்தான்.

வெள்ளை வேட்டியின் முகத்தில் மகிழ்ச்சி தாண்டவமாடிக் கொண்டிருந்தது. கண்களிலே நம்பிக்கை ஒளி பிறந்தது.

“மாடசாமி...” என்று அழைத்தான்.

“வந்து விட்டாயா... வா, வா... இதோ பார், அந்தப் பெண், பாலா, இதைக் கொடுத்தது” என்றான்.

“புறாக்குஞ்சு... வைத்துக் கொள்...” என்றான் வெள்ளை வேட்டி.

“எனக்கு ஏன்?”

“வேண்டாமென்றால், வீசி எறிந்து விடு...”

“செச்சே! பூனை தின்று விடும்”

“தின்று விடட்டும், அதனால் என்ன...”

“ஐயோ, பாவம்... அந்தப் பெண், அழுமே...”

“அழட்டுமே...”

“அடச்சே! போ பண்டாரம்! புறாக்குஞ்சைப் பூனை தின்று விடாதபடி பார்த்துக் கொள்ளச் சொல்லி பாலா, கொஞ்சிக் கொஞ்சிச் சொல்லிவிட்டுப் போயிருக்கு.”

புறாக்குஞ்சுக்கு இரை தர முயன்றான் மாடசாமி.

“மாடசாமி! இதற்குப் பயறும் அரிசியும் கடலையும் தீனி... ஆனால், இப்போது தானாகத் தின்னாது... ஊட்ட வேண்டும்...” என்று, வெள்ளைவேட்டி கூறினான்.

“ஊட்டுவதா... எப்படி...” மாடசாமி கேட்டான்.

“நீ, கடலையை வாயில் போட்டு மென்று பிறகு, அதன் வாயில், தர வேண்டும்” என்று முறை கூறினான் வெள்ளை வேட்டி.

புறாக்குஞ்சு, பசியால் கத்திக் கொண்டே கிடந்தது. வெள்ளைவேட்டி வேறு வேலையாகப் போய் விடவே, மாடசாமி, புறாக்குஞ்சுக்குத் தீனி கொடுக்கும் வித்தையில் ஈடுபடலானான்.

நாலைந்து நாள், சிரமமாகக் கூட இருந்தது. ஆனால் ஒவ்வோர் நாளும், பாலா வந்து கேட்கும் போது மாடசாமி, புறாக்குஞ்சைக் காட்டுவதில் பெருமையே அடைந்தான்.

விடுமுறை முடிந்து பள்ளிக்கூடத்துக்காகப் பட்டினம் போகும்போது பாலா, மாடசாமியிடம் பன்னிப் பன்னிச் சொன்னாள்... “ஜாக்கிரதை... பூனை பிடித்து விடப் போவுது... நான் திரும்பி வருகிறபோது புறா பெரிசா இருக்க வேணும்... அழகா இருக்க வேணும்...” என்றெல்லாம்.

மாடசாமிக்கு ஒரு வேலை - பொழுதுபோக்கு கிடைத்து விட்டது.

மாடசாமிக்கு இப்போதுதான், மனிதத் தன்மை பிறக்கப் போகிறது என்று வெள்ளை வேட்டி எண்ணி மகிழ்ந்தான்.

அதுவரையில் மாடசாமி யாரிடமும் பேசுவதில்லை. அவனிடமும் யாரும் பேசவும் மாட்டார்கள்.

புறாக் குஞ்சு கிடைத்து அதை வளர்க்க ஆரம்பித்த பிறகோ, மாடசாமியே பலரிடம் பேசலானான். தீனி என்னென்ன போடலாம், கூண்டு எப்படியிருக்க வேண்டும்! வெளியே எப்போது உலவ விடுவது... என்ற தகவல்களையெல்லாம்.

குஞ்சு, அழகான புறாவயிற்று. வெண்ணிறம் அது குபுகுபு வெனச் சத்தமிடுவதும், சிறகை விரிப்பதும் மடக்கிக் கொள்வதும், தீனியைக் கொத்திக் கொத்தித் தின்பதும், தண்ணீர்த் தட்டில் இறங்கிக் குளிப்பதும், குளித்த பிறகு, சிறகு களை உலர்த்திக் கொள்ளும் அழகும், அது கம்பீரமாக கழுத்தை வளைத்துப் பார்ப்பதும், அசைந்து அசைந்து நடந்து காட்டுவதும், கண்டு மாடசாமிக்கு, மகிழ்ச்சி ஏற்படலாயிற்று.

புறாக்கள் பற்றிய தகவல்களைப் பலர் அவனிடம் கூறினர். ‘ஜோடி’ போட வேண்டும் என்றனர்! ‘ஜோடி’ கிடைத்தது! இரண்டும் நடத்தும் ‘காதல் வாழ்க்கை’யைக் கண்டான் - களிப்புடன். முட்டைகள்! குஞ்சுகள்! புதிய புறாக்கள்! புதுப்புது தினுசான புறாக்கள்! கூண்டு பெரிதாக! மாலை வரையில் புறாக்களை, மேய விடுவது, பிறகு கூண்டுகளில் போட்டு அடைப்பது; முட்டைகள் சேதமாகாமல் பார்த்துக் கொள்வது; இப்படி மாடசாமிக்கு வேலை வளர்ந்து விட்டது.

மாடசாமி மனிதனாகிறான் என்று, வெள்ளை வேட்டி திருப்தி பெறலானான்.

சிறுவர் சிறுமியர், மாடசாமியின் புறாக்களை வேடிக்கை பார்த்து மகிழ்வர்; புறாக்களின் நேர்த்தியைக் கண்டு பலரும் பாராட்டுவர்; மாடசாமிக்கு, அவர்கள் பேசுவதை எல்லாம் கேட்பதில் தனியானதோர் மகிழ்ச்சி.

விதவிதமான புறாக்களாகத் தேடித் தேடிப் பெறுவதும், ‘ஜோடி’ சேர்ப்பதிலும் புறாக்களின் எண்ணிக்கையை அதிகப்

படுத்துவதிலும், மாடசாமிக்கு அதிக அக்கறை ஏற்பட்டு விட்டது. ஒரு முட்டை சேதப்பட்டுப் போனாலும், அன்று முழுவதும் வருத்தமாகவே இருப்பான். ஏதாவது ஒரு புறா, தீனி சரியாகத் தின்னாவிட்டால், கவலைப்படுவான்.

பூனை கண்ணில் பட்டால் போதும் பயந்தே போவான்! மாடசாமி தன் வாழ்நாளிலேயே, இந்த விதமான பொறுப்பைக் கண்டதில்லை. தன்னையுமறியாமல், புதியதோர் பொறுப்பை ஏற்றுக் கொண்டான். அதனை நிறைவேற்றுவதிலே பெருமையும் மகிழ்ச்சியும் சுரக்க ஆரம்பித்தது; அது தனிச்சுவை தந்தது. அதுவரையில் மாடசாமிக்குக் கனிவுடன் பார்ப்பது, கவலையைப் போக்கிடப் பேசுவது என்பவை எதுவும் தெரியாது; அதற்கான அவசியமும் எழுந்ததில்லை.

இப்போது! புறாக்களின் சத்தம் அவனுக்குச் சங்கீதமாகி விட்டது. அவை, தீனி தின்பதைக் காண்பதில் ஓர் திருவிழா மகிழ்ச்சி கண்டான்.

“மாடசாமி அண்ணே! இந்த வெள்ளை இருக்கே... என்ன ஜாதின்னு பெயர் இதுக்கு?” என்று யாராவது கேட்டு விட வேண்டியதுதான், மளமளவென்று புறாக்கள் பற்றிய சகல சரித்திரமும் கூறத் தொடங்கி விடுவான்.

“இதுதாண்டா தம்பி, லக்கா! ஆடும் புறா, ஆடும் புறான்னு சொல்வாங்க! மயில் ரொம்ப அழகுன்னு சொல்வாங்க... நம்ம லக்காவோட காலிலே கட்டிவிட்டு அடிக்கோணும் உங்க மயிலை! பாரேன், அது தோகையை எவ்வளவு அழகா விரித்து ஆடுது! பலே! பலே! அப்படி! கழுத்து வெட்டு, பார்த்தாயா... நாட்டியமாடுறாங்களே அவங்களெல்லாம், நம்ம லக்காவிடம் வந்து ஒரு மண்டலம் பாடம் கத்துக் கொள்ள வேணும்! - என்று புகழ ஆரம்பித்து விடுவான்.

“அண்ணே! அந்தச் சாம்பல் கலர் இருக்கே, அது... பெரிசா இருக்கே...” என்று வேறொருவன் வேறோர் திசைக்குத் திருப்பி விடுகிற வரை, லக்கா பற்றிய பேச்சுத்தான்!

“படாங்கு! சதைப் படாங்குன்னு சொல்றது! அது சும்மா, ஆள் ஒழுங்கோட சரி... ஆடாது, அசையும்... கனமான சரீரம்...” என்பான் மாடசாமி.

யாரும், எதையும் கேட்காவிட்டால் தானாகவே கூடக் கூற ஆரம்பித்து விடுவான்.

“டே! தம்பி! கர்ணம் போடுவாயா, நீ! எத்தனை கர்ணம் போடுவே? எவ்வளவு வேகமாகப் போட முடியும், உன்னாலே... நல்ல லோட்டியோட போட்டி போட முடியுமா, உன்னாலே. பார் இப்ப காட்டறேன்” என்று கூறிவிட்டு, ஒரு புறாவை எடுத்து, அதன் கழுத்திலே விரலால் சுற்றி விட்டுக் கீழே உருட்டி விடுவான் - உடனே, அந்த லோட்டி கரணம் போட்டுக் கொண்டே இருக்கும். பலரும் ஆச்சரியப்படுவார்கள்; ஆச்சரியப்படாதவர்கள் மீது மாடசாமி எரிந்து விழுவான்.

“பாவம், வாடா, டேய்! போதும், போதும்! உன்னோட போட்டிய போட யாராலே முடியும்...” என்று கூறிக் கொண்டே, கர்ணம் அடித்துக் கொண்டிருக்கும் ‘லோட்டி’யைப் பிடித்து எடுத்து. அதன் வாயில் காற்று ஊதி விட்டு, அடக்குவான்.

“பார், இதோ” ...என்று கூறி, ஒரு புறாவைத் தூக்கி, பந்து எறிவது போல, சுவரின் மீது போடுவான். அது அப்படியே போய் சுவரிலே ஒட்டிக் கொள்ளும்... பிசின்போட்டது போல!

இதுதான், 'சுவரொட்டி' என்று துவக்கினால், அரை மணி நேரமாவது ஆகும், பேச்சு முடிக்க.

மாடசாமி, புறாக்களிடம் காட்டும் பரிவும் பாசமும் அக்கறையும், அவற்றைப் பராமரித்திட அவன் எடுத்துக் கொள்ளும் முயற்சிகளையும் கண்ட வெள்ளைவேட்டி, போதனையும் - போலீசும் - வெற்றி பெற முடியவில்லை! புறாக்கள் அல்லவா, மாடசாமியை மனிதனாக்கி வருகின்றன! என்று தனக்குள் கூறி மகிழ்ந்து வந்தான்.

மாடசாமிக்கு, அதுவரையில் ஏற்படாதிருந்த பரிவு, பாசம், போன்ற உணர்ச்சிகள் உள்ளத்தில் குடியேறின. எவரிடமும், எடுத்தேன் கவிழ்த்தேன் என்று பேசுவதையே வீரம் என்று எண்ணிக் கொண்டிருந்தவன், புறாக்கள் விஷயமாகப் பலரிடமும் 'தன்மை'யாகப் பேசலானான். அதுமட்டுமல்ல! புறாக்களின் கூட்டம் வளர வளர, தீனிப் பிரச்சனையும் வளர்ந்தது - தனக்கும் உணவளித்து, தன் புறாக்களுக்கும் உணவளித்திடச் செலவு செய்யும் வெள்ளைவேட்டிக்குத்தான் ஒரு 'பாரமாக' இருப்பது பற்றி எண்ணிச் சிறிதளவு வெட்கமடையலானான்.

இவ்வளவு உதவி அளித்து வரும் வெள்ளைவேட்டிக்குத் தானும் ஏதாவது ஒரு வகையிலே உதவி செய்வதுதான் முறை என்று எண்ணினான். அவருக்கான பச்சிலைகளை அரைத்துக் கொடுப்பது, மூலிகைகளைப் பதமாக்குவது போன்றவை களிலும் ஈடுபடலானான். இரவு படுக்கும்போது, லோட்டி இன்று சரியாகத் தீனி தின்னவில்லை, லக்கா முட்டையிட்டிருக் கிறது, இன்னும் ஒரு மூன்று நாளில் குஞ்சு பொரிக்கும் காலையிலே, புறாக்கள் குளித்திட வைத்திருக்கும் தண்ணீர்த் தட்டைக் கழுவ வேண்டும்; இப்படிப்பட்ட நினைவுகள்தான்! கன்னம் வைப்பது, நூலேணி போட்டு உள்ளே நுழைவது, என்பன போன்றவற்றிலே நாட்டம் செல்லவில்லை.

களவாடினோம் - கை நிறையப் பொருள் இருக்கும் போதும், குடித்துக் குளறிக் கிடந்தோமே தவிர, இதோ இந்தப் புறாக்கள் விளையாடிக் கொண்டிருப்பதைப் பார்க்கும்போது ஏற்படுகிறதே ஆனந்தம், அதுபோல ஒருநாள் கூட நமக்கு ஏற்பட்டதில்லையே! இப்போது எவ்வளவு நிம்மதி! அன்பு செலுத்துகிறோம் - அதுவே நமக்கோர் ஆனந்தம் தருகிறதே! இஃதல்லவா, மனிதன் அடைய வேண்டிய வாழ்க்கை, முன்பெல்லாம் என்னைக் கண்டால் பலருக்கு அச்சம்; யாரைக் கண்டாலும் எனக்கு அருவருப்பு! இப்போது கூடு திறக்கப்பட்டதும், சிறகுகளை அடித்துக் கொண்டு புறாக்கள் வெளியே வருகிற காட்சியைக் காணும்போதே அல்லவா, மகிழ்ச்சி பிறக்கிறது! குழந்தையுடன் கொஞ்சும் தாய்க்கு, மழலை கேட்டு இன்புறும் தகப்பனுக்கு, இதைவிடக் களிப்பு அதிகமாக அல்லவா இருக்கும்! அதுபோன்ற உணர்ச்சியையே கண்டதில்லையே! புறாக்களே இவ்வளவு மகிழ்ச்சி அளிக்கும் போது, பெற்றெடுத்த மக்கள்! புறாக்களை வளர்ப்பதிலேயே இவ்வளவு மகிழ்ச்சி பிறந்திடுதே, குடும்பத்தைக் காப்பாறிடும் போது, குதூகலம் அதிகமாக அல்லவா இருக்கும்!

இவ்விதமெல்லாம் எண்ணிக் கொள்வான், மாடசாமி, வெள்ளை வேட்டி, இந்த மாறுதலைக் கூர்ந்து கவனித்து வந்தான். புறாக்களிடம் பாடம் பெறுகிறான்! பிரிவு, பாசம், அக்கறை, அன்பு, பொறுப்பு, கவலை, அச்சம், மகிழ்ச்சி எனும் பல்வேறு உணர்ச்சிகள் அரும்புகின்றன, மலருகின்றன. மக்களிடம் வாழ்வதற்கேற்ற பக்குவம் மெல்ல மெல்ல, ஆனால் நிச்சயமாக இவனுக்கு ஏற்பட்டு விட்டிருக்கிறது. இன்னும் ஒரு சிறு முயற்சி - பயணத்தில் மேலும் ஒரு கட்டம், மாடசாமி நல்லவனாகி விடுவான்!! - என்று வெள்ளை வேட்டி எண்ணி மகிழ்ந்து வந்தான்.

பகுதி: 6

ஆண்டுகள் உருண்டோடலாயின! பாவாடை தாவணி போட்டுக் கொண்டு பந்தடித்து விளையாடிய பாலா 'பருவ கருவம்' மிகுந்த அங்கங்களுக்குச் சொந்தக்காரியாகி விட்டாள்!

மாடசாமியின் 'முடி' நரைத்து விட்டது; ஊருக்கு உபகாரி, வெள்ளைவேட்டி, அவருக்கு ஒரே துணை, இந்த மாடசாமி என்று ஊரார் பேசிக் கொள்ளலாயினர்!!

"பாவம்! அனாதை போலிருக்கிறது! பிச்சைக்காரி! பைத்தியம் இருக்கும் போலிருக்கிறது' என்று கூறிக் கொண்டே, மாடு துரத்தித் தாக்கியதால், பக்கத்திலிருந்த சேறு நிரம்பிய பள்ளத்தில் வீழ்ந்து விட்ட ஒரு மாதினைத் தூக்கி வந்து, குடிலுக்கு வெளியே ஒரு கயிற்றுக் கட்டிலில் கிடத்தி விட்டு, அடிபட்ட இடத்துக்கு மருந்திடலானான் - மாடசாமி. ஆமாம், அந்த அளவுக்கு வைத்தியம் தெரிந்து கொண்டான் - அந்த அளவுக்கு உபகாரம் செய்ய வேண்டும் என்ற எண்ணமும் உள்ளவனானான்.

வெள்ளைவேட்டி, இந்தக் காட்சியைக் கண்டு இரசித்துக் கொண்டிருந்தான் - வேறோர் வேலையைக் கவனித்தபடி.

"மாடசாமி! யார் அது? என்ன உடம்புக்கு"

"பாபம், யாரோ ஆதரவற்றவள்... மாடு முட்டி..."

"விறகு தூக்கி வந்தவளோ..."

ஆராரோ

ஆரரிரோ

டேய், சன்னாசிப் பயல்களா என் குழந்தையை ஏதாச்சும் செய்தால் புலிக்கூண்டைத் திறந்து விட்டு விடுவேன்...

சாமுண்டி! சாமுண்டி!

இப்படி அந்த மாது கூச்சலிடக் கேட்டு, வெள்ளைவேட்டி அருகே வந்து உற்றுப் பார்த்தான் - பார்த்ததும், கல்லாய்ச் சமைந்து போனான். அவன் அங்குக் கண்ட மாது, வேறு யாருமல்ல, சாகசம் செய்யத் தொடங்கி, சர்க்கசில் சேர்ந்து கெட்டு அலைந்த இரத்தினம்!

சிரமப்பட்டு, கண்ணீரைத் தடுத்துக் கொண்டான்.

ஏதோ தாங்க முடியாத வேதனை தாக்குகிறது என்பதை மட்டும் மாடசாமியால் உணர முடிந்தது; விளக்கம் ஏற்படவில்லை.

"ஏற்கெனவே, தெரியுமோ"

"ஆமாம்..."

"உங்கள் ஊர்க்காரியோ"

"ஆமாம்..."

"சித்தம் குழம்பிவிட்ட நிலை போலிருக்கிறது..."

"ஆமாம்..."

“எதற்கும் ஆமாம்-, ஆமாம் என்றால், எனக்கு ஒன்றும் புரியவில்லையே...”

“புரியத்தான் இல்லை... எனக்கும்... மாடசாமி! நான் பண்டாரம் ஆனேன் பார்...”

“அதற்கு இந்த...”

“பரிதாபத்துக்குரிய இவளும் ஒரு காரணம்தான்... அவளுடைய அக்காவைத்தான் நான் காதலித்தேன்... அவள் நோய்வாய்ப்பட்டு இறந்து போனாள்... இவளுடைய கெடுமதியும் இழிசெயலும்தான், என் முத்துவின் மரணத்துக்குக் காரணமாக இருந்தது. இவள், தங்கப்பதுமை போலிருந்தாள் மாடசாமி! முத்துவிடம் கம்பீரம் உண்டு, இவளிடம் கவர்ச்சி நிரம்ப! முத்து சிரித்துப் பேசமாட்டாள்! இவளுக்குச் சிரிக்காமல் பேசவே தெரியாது...”

இரத்தினம் என்றும் முத்து என்றும் பெயர்கள் கூறப் பட்டதும், படுக்கையில் இருந்தவள், கண்களை அகலமாக்கிக் கொண்டு, வெள்ளை வேட்டியைக் கூர்ந்து பார்த்தாள்.

“இரத்தினம் இரத்தினம்! நான் தெரியவில்லையா...”

“ஓ! தெரியுமே! நீதான் ‘பார்’ வேலை செய்யும் பண்டரி”

“சரியாகப் பார், இரத்தினம்”

“என் கண் என்ன பொட்டையா! நீ சூட்டும் ஹாட்டும் போட்டுக் கொண்டு, வந்துவிட்டதாலேயே, நான் என் சாமுண்டியை விட்டுவிட்டு உன்னோடு விளையாட வருவேனா... ஐம்பது ரூபாய்... முடியுமா... ஏது உன்னிடம்...”

"இரத்தினம்... நான்தான்... முத்து கவனமில்லையா உனக்கு..."

"முத்து அக்காவா..."

"ஆமாம், உன் அக்காதான், முத்து..."

"இவளுக்குத்தான் எழுந்து நடக்கவே முடியாதே. நொண்டியாச்சே! இனி எப்படி, அத்தான் அவளைக் கட்டிக் கொள்வார்..."

"முத்து இறந்துவிட்டாளே இரத்தினம்... கவனப்படுத்திப் பார்... நீ சர்க்கஸ் கம்பெனியில் அல்லவா சேர்ந்து விட்டாய்..."

"ஆமாம், நான் சர்க்கஸ்காரிதான்... உன்னை ஏன் சன்னிதானம் என்று அழைக்கிறார்கள்... உனக்கு ஏன் இவ்வளவு பெரிய தாடி மீசை... ஐயயோ அருவருப்பா இருக்குதே..."

"இரத்தினம்... சர்க்கஸ் கம்பெனியை விட்டு விட்டு எங்குப் போனாய்... சாமுண்டி என்ன ஆனான்? சன்னிதானம் என்பது யார்?"...

"சன்னிதானம்... ஆமாம் உன் காலிலே விழுந்து எல்லோரும் கும்பிடுவார்களாமே, நீ என் காலில் விழுகிறாயே...ஐயோ...! சாமியாராக இருக்கறே... சாராயம் கூடச் சாப்பிடுகிறயே... ச்சே! சனியனே! பல்லு என்ன இப்படி இருக்கு; - போதும் - போதும்... போய்ப்படு..."

"மெத்தவும் கெட்டலைந்து விட்டிருக்கிறாள் பாவம்..."

“என் குழந்தையைக் கொடுத்து விடு... அதை மட்டும் கொல்லாதே... நான் யாரிடமும் எதுவும் சொல்லவில்லை... பாப்பாவைக் கொடுத்து விடு... என் ராஜாவைக் கொடுத்து விடு...”

பித்தம் பிடித்துக் குளறிக் கொண்டிருந்த, இரத்தினத்திட மிருந்து, பக்குவமாகப் பேசிப் பேசித், தகவல்களைத் தெரிந்து கொள்ளப் பத்து நாட்களாயின! உண்மை தெரிந்ததும், உள்ளம் குமறிற்று! மாடசாமி ஆத்திரமடைந்தான் - அவன் ஆதீனத்தில் இருந்தால் என்ன, அரண்மனையில் இருந்தால் என்ன, இந்த அக்கிரமத்துக்குப் பதில் சொல்லியே ஆக வேண்டும், என்று ஆவேசத்துடன் பேசினான்.

சர்க்கஸ் கம்பெனியில் இருந்து வந்த இரத்தினம் குடிப் பழக்கத்துக்கு ஆளானது, அதன் காரணமாக அவள் கீழ்த்தரமான செயல்களில் எல்லாம் ஈடுபட வேண்டி நேரிட்டது; மடாதிபதியிடம் சிக்கியது - ஒரு குழந்தைக்குத் தாய் ஆனது - மடாதிபதி, குழந்தையைத் தூக்கிக் கொண்டு போய் எங்கோ விட்டுவிடச் செய்தது, ஆகியவற்றை எல்லாம் கேட்டறிந்து கலங்கினான், வெள்ளைவேட்டி.

கேட்டறிந்த பல செய்திகளையும் ஒன்றோடொன்று தொடர்புபடுத்திப் பார்த்தபோது, உண்மை பளிச்சிட்டது. அன்றோர் நாள் எழிலூர் செல்லும்போது, தண்டவாளத்தில் கிடத்தப் பட்டுக் கிடந்த குழந்தையின் நினைவு வந்தது. மேலும் பலரிடம் பேசியதில், குழந்தை போலீசார் மூலம், அனாதை ஆஸ்ரமத்தில் சேர்க்கப்பட்ட விவரம் அறிந்தான். அனாதை ஆஸ்ரமத்தில் விளையாடிக் கொண்டிருந்த அன்புமணியைக் கண்டு பிடித்தான். அந்தச் சிறுமிக்கு தான் நெருங்கிய சொந்தக் காரன் என்று கூறித் தன் குடிலுக்கு அழைத்து வந்தான். அன்பு மணி வந்ததால், இரத்தினத்தின் சித்தம் தெளியும் என்று எண்ணியதில் ஏமாற்றமே கிடைத்தது.

வெள்ளைவேட்டியின் எண்ணமெலாம், மடாதிபதியின் மீது சென்றது, எத்தனையோ அக்கிரமங்களை, அடாத செயல்களைச் செய்திருக்கிறான் இந்தப் பாவி, இந்தக் கொடுமையைச் செய்ய இவனே கூசியிருக்க வேண்டுமே, என்றெண்ணிக் கொதிப்படைந்தான். அந்தச் சமயமாகப் பார்த்து, மடாதிபதியிடமிருந்து அன்பழைப்புக் கிடைத்தது. எழிலூர் சென்றான் வெள்ளைவேட்டி, அன்பு மணியை உடன் அழைத்துக் கொண்டு.

"வா, வா, அன்பனே! யார் இச்சிறுமி..."

"கயவனொருவனின் காம விளையாட்டின் விளைவு, ஸ்வாமிகளே! சிறுமியின் இலட்சணம் எப்படி இருக்கிறது, பார்த்தீரா?"

"அழகான சிறுமிதான்! அம்மையும் அப்பனும்...?"

"அம்மை மூளை குழம்பிக் கிடக்கிறாள்; அப்பன் பூலோகவாசிகளைத் தெய்வலோகம் அனுப்பி வைக்கும் திருத் தொண்டு புரிந்து கொண்டிருக்கிறார். இந்தச் சிறுமி, அனாதை ஆஸ்ரமத்தில் இருந்து வந்தாள் - இவள் அப்பனுக்கு, அரண்மனை இருக்கிறது, பசியின் கொடுமை இந்தச் சிறுமி அறிவாள்! இவளைப் பெற்றெடுத்த தாய் கூட இவளை அடையாளம் கண்டு கொள்ள முடியவில்லை. பைத்தியம்..."

"பரிதாபம் - பரிதாபம்... பாரிலே அன்பனே! இது போன்ற சோகக் கதைகள் ஏராளம்..."

"ஆமாம்... இதுபோன்ற கேடுகள் ஏராளம்; அக்கிரமத்தைக் தட்டிக் கேட்டிட, ஆட்கள் கிளம்புவதில்லை. நான் இப்போது புறப்பட்டு நேரே, இங்கு வந்திருக்கிறேன்"

“இங்கு வந்து...?”

“இந்தச் சிறுமியைப் பாரடா உலுத்தனே! இதோ உன் காமச் சேட்டையின் விளைவு... என்று கேட்டு, நியாயம் பெறத் துணிந்து வந்திருக்கிறேன்...”

“யாரிடம், என்ன பேசுவது என்ற வரைமுறையை மீறலாகாது... வார்த்தைகளை எப்போதும் அளந்து பேச வேண்டும்...”

“நான் அதிகமாகப் பேசப் போவதில்லை. எனக்கு நியாயம் வேண்டும்...”

“பணம், ஏதேனும்...”

“போதாது! தேவையுமில்லை... பாதகம் புரிந்ததைப் பாருக்கு அறிவித்துவிட்டு, பீடத்தை விட்டுக் கீழே இறங்க வேண்டும்...”

“பீடத்தைவிட்டு... பித்தனே! பேசத் தெரிகிறதா, உனக்கு... இந்தச் சிறுமிக்குக் குறையேதும் வராமல் காப்பாற்றும் வழி கேள் - பெறலாம். உலகத்தை ஏதோ உன் உள்ளங்கையில் அடக்கி வைத்திருப்பதுபோல் எண்ணிக் கொண்டு பேசுகிறாயே...”

“ஆதீனத்து அரசரே! அஞ்சிக் கிடந்த காலம் அல்ல இது! அக்கிரமம் ஒழிக்கப்பட்டாக வேண்டும் என்பதற்காக என் ஆற்றல் அனைத்தையும் பயன்படுத்தப் போகிறேன்...”

“அவ்வளவுக்கு முற்றிவிட்டதோ, உன் அகந்தை... சரி, சரி... ஏலே! காத்தான், டேய்! முத்தான்...”

எதற்கும் அஞ்சாத முரடர்கள் நால்வர் வந்தனர், சிறுமி அலற அலற அவளைத் தூக்கிச் சென்றனர், உட்பக்கமாக; தடுத்து நின்ற வெள்ளைவேட்டிக்குப் பலமான அடி.

“பயலே, மரியாதையாக இருந்து கொள்... இல்லை யானால், மடாலயத்தை விட்டு வெளியேறியபோது உன்னை எந்தக் கோலத்தில் படம் எடுத்திருக்கிறதோ, அது பகிரங்கமாக்கப் படும். இத்தகைய நீசன் இவன்; இவன் பேசுகிறான் சன்மார்க்கம் குறித்து, இத்தகைய மாபாவி இவன்; அவன் ஏசுகிறான், மடாலய ஊழல் பற்றி, என்று நான் கூறத் தேவையில்லை ஊர் கூறும், உலகம் கூறும்...” என்று மிரட்டினார் மடாதிபதி.

கவலை தாக்கிற்று! சிறுமிக்கு என்ன நேரிடுமோ, என்ற அச்சம் பிய்த்துத் தின்றது.

“வாய் மூடிக் கிடந்தாயானால் சிறுமி பிழைப்பாள், உன் மானத்தைப் பறிக்கும் அந்தப் படமும் மறைந்து கிடக்கும். இல்லையேல், இழிவும் பழியும் உன்னைச் சுற்றிச் சுற்றித் தாக்கும். இத்தனை காலம், ஏதோ தழைகளை விற்றுப் பிழைத்துக் கிடந்தது போல, இனியும் இருந்து தொலைக்கலாம்... தெரிகிறதா...” என்று மடாதிபதி சொன்னபோதுதான், வெள்ளை வேட்டிக்கு, நிலைமை உண்மையிலேயே, மோசமாகி இருப்பது புரிந்தது. அவசரப்பட்டு விட்டேன்... ஆத்திரப்பட்டு விட்டேன், என்று தனக்குள் கூறிக் கொண்டே ஆயாசப்பட்டான்.

தள்ளாடித் தள்ளாடி குடில் வந்து சேர்ந்த வெள்ளை வேட்டியிடமிருந்து, முழுத் தகவலைத் தெரிந்து கொள்ள

மாடசாமிக்கு மெத்தச் சிரமமாகி விட்டது. அப்போது 'படம்' என்ன என்பது விளக்கப்படவில்லை.

"மாடசாமி! படம் என்னைப் பழிப்பதாக மட்டும் இருந்து விட்டால், பரவாயில்லை; ஊர்ப்பழியை நான் தாங்கிக் கொள்வேன்! உலுத்தன் என்பார்கள்! உருத்திராட்சப் பூனை என்பார்கள்! காமச் சேட்டைக்காரன் என்று காரித் துப்புவார்கள்! இதனாலேதான், காவியைக் கழற்றிப் போட்டு விட்டு மடால யத்தை விட்டு வெளியேறும்படி, மடாதிபதி கட்டளையிட்டார் என்று பேசுவார்கள். இதற்கெல்லாம் நான் அஞ்சவில்லை, மடாசாமி, உண்மையில் அஞ்சவில்லை. ஆனால் அந்தப் படம் வெளியிடப்பட்டால், பாபம் நம்ம பாலாவின் வாழ்வு பாழாகி விடும்... பாலாவின் தாய், மிகக் கேவலமான நடத்தைக்காரி என்பது தெரிந்துவிடும்... பத்தரை மாற்றுப் பசும்பொன் போன்ற குணவதி பாலா... உன்னையே மனிதனாக்கியவள்... அவளுக்குத் திருமண ஏற்பாடும் நடந்து வருகிறது... அந்தப் படம் வெளிவந்தால்... திருமணமும் நடவாது, அந்தத் திருவிளக்கே அணைந்து போகும்..." என்று கூறி, வெள்ளை வேட்டி சோகித்தான்.

"மடாதிபதியின் மண்டையைப் பிளந்திட முடியும், என்னால், சிறுமி அன்புமணியை அந்தப் பாதகர்கள், சிறைப் படுத்தி இருக்கும் இடம், அலை கடலுக்கு நடுவில் இருப்பினும்; மலை உச்சியில் புலிக் குகையில் இருப்பினும், கண்டறிந்து மீட்க முடியும்... என்ன செய்ய வேண்டும் என்பதை மட்டும் எனக்குக் கூறினால்..." என்று உருக்கமாகக் கேட்டான் மாடசாமி.

"திருவிளையாடற் புராணம் கிடைத்துவிட்டால், மாடசாமி! அந்த அக்கிரமக்காரன் அடங்குவான்-படம் கொடுத்து விடுவான் -பாலாவின் வாழ்வும் பாழ்படாது - நமது அன்புமணியையும் திரும்பப் பெறலாம்."

“திருவிளையாடற் புராணமா?”

“ஆமாம், மாடசாமி! ஆலவாயப்பன் செய்த திருவிளையாடல்களை விளக்கிடும் புராணம் அல்ல, இது. தலைப்பு அதுபோல்; உள்ளேயோ இந்த அக்கிரமக்காரன் நடத்திய ‘சேட்டைகள்’ அத்தனையும், படமாகி, காட்சிக்காக வைக்கப் பட்டுள்ள, கழிசடை ஏடு மாடசாமி, அது. நாகரீக உணர்ச்சி உள்ளவர்கள் காணக் கூசும், கோரங்கள்! நிர்வாணக் காட்சிகள்!!! ஆபாசமான செயல்களெல்லாம் படமாக்கப்பட்டுள்ளன! ஆதீன கர்த்தனாக அமர்ந்துள்ளவன், எப்படிப்பட்ட இழிசெயல் புரிபவன் என்பதை உலகுக்கே காட்டக்கூடியது...”

“அந்த ஏடு இருக்கும் இடம்...”

“எப்போதும் அந்தப் பாவிதான் தன் அந்தரங்க அறையிலே அதை வைத்திருப்பான். என் மானத்தைப் பறிக்கக் கூடிய படமும், அதிலேயே இருக்கக் கூடும்...”

“அந்த ஏடு கிடைத்து விட்டால்...”

“நாட்டை நாசப்படுகுழியிலிருந்து மீட்கலாம்...”

“நண்பரே! என்னை நல்வழிப்படுத்திய அன்பரே! அந்த ஏடு நம்மிடம் கிடைத்து விட்டது, என்றே வைத்துக் கொள்ளுங் கள். பல ஆண்டுகள் பழக்கமற்றுப் போயிற்று என்றாலும், என் கடைசிக் களவு வெற்றிகரமாகவே இருக்கும். ஐயம் வேண்டாம்.”

“களவாடப் போகிறாயா?”

‘கடைசிக் களவு! நல்லதோர் காரியத்துக்காக! பழைய மாடசாமி, ஒரே ஓர் இரவு மட்டும்...”

“நான் எப்படி இதனை அனுமதிப்பேன்... களவு முதலிய கெடு செயல்களை விட்டொழித்து, புதிய மனிதனாகி விட்ட உன்னை மீண்டும், களவாடச் சொல்வது என்றால்...”

“கடைசிக் களவு நண்பரே! கடைசிக் களவு!”

இந்த உரையாடலுக்குப் பிறகு, மாடசாமி, புதிய சுறுசுறுப் படைந்தான். ஏதேதோ கருவிகளைத் தேடித் தேடிப் பெற்றான் - நூலேணிகூடத் தயாரித்துக் கொண்டான்.

மாடசாமியின் போக்குக்கண்டு, வெள்ளைவேட்டிக்குத் திகில் ஏற்பட்டது. மீண்டும் மாடசாமி, கொள்ளைக்காரனாகி விடுவானோ என்ற அச்சம் ஏற்பட்டது.

களவு! அந்த எண்ணம் புகுந்த உடனே, மாடசாமியின் கண்களிலேயே ஓர் புதிய குரூரம் தெரியலாயிற்று - சிந்தனையில் ஏதேதோ திட்டங்களை உருவாக்கிக் கொண்டிருந்தான்.

நீண்ட காலமாக, ஒருவரையும், மாடசாமி அடித்ததில்லை. கடைசிக் களவுக்கு அவன் தன்னைத் தயாரித்துக் கொண்டிருந்த போது, தோட்ட வேலை செய்யும் பாட்டாளி ஒருவன் பரிகாசம் பேசியதற்காக, அவனைப் போட்டு முரட்டுத்தனமாகத் தாக்கி விட்டான் - வெள்ளைவேட்டியால், அவனைத் தடுத்து நிறுத்தக் கூட முடியவில்லை.

செச்சே கடைசிக் களவு என்று இதற்கு அனுமதி கொடுத்து விட்டால், இவனை மீண்டும் இழந்துவிடவேண்டிவரும். எவ்வளவோ சிரமப்பட்டு மாடசாமி, மனிதனானான். மீண்டும் அவனை மிருகமாக்க, பாலா உடந்தையாக இருப்பது. வேண்டாம், வேண்டவே வேண்டாம். மடாதிபதி, என் மானத்தை வாங்கட்டும், சகித்துக் கொள்வேன்.

பாலாவின் தாயார் மீது இழிவு படரும் - படரட்டும், பாலாவைத் திருமணம் செய்து கொள்ள விரும்பும் வாலிபனிடம் உண்மையை விளக்கி விடுவோம்" என்று கூட வெள்ளை வேட்டி எண்ணிக் கொண்டான்.

வேட்டைக்காக, மோப்பப் பிடித்தபடி, குகையை விட்டு, வெளியே புலி கிளம்புகிறது; குழல் ஊதி உள்ளே வந்து படுத்து உறங்கச் செய்யவா முடியும்! பழைய மாடசாமி புறப்பட்டு விட்டான், போதனை புக முடியாத நிலை, பழி தீர்த்தாக வேண்டும் என்ற ஆவேசம்.

மாடசாமி, சொல்லிக்கொள்ளக்கூட இல்லை - குடிலை விட்டுக் கிளம்பி விட்டான்.

புதிய தோட்டக்காரனுடைய சுறுசுறுப்பு கண்டு மடாதிபதியே பாராட்டினார்; அவ்வளவு பக்குவமாக, மாடசாமி பணிபுரிந்து வந்தான். மடாலயச் சூழ்நிலைகளை நன்கு கண்டறிந்தான் பிறகு, தக்கபடி திட்டமிட்டு, மாடசாமி தன் கடைசிக் களவை நிறைவேற்றிக் கொண்டான். கட்கத்தில் அடங்கக் கூடிய அளவுதான் அந்த ஏடு, ஆனால் உலகெலாம் தேடித் தேடித் திரட்டினாலும், இத்தனை ஆபாசங்கள் ஒன்றாகக் கிடைத்திடாது. வழியில் இருந்த மினுக்கு விளக்கொளியில் பார்த்த போது மாடசாமிக்குக் குமட்டல்கூட வந்தது; அத்தனை ஆபாசமான போக்குகள் படமாக்கப்பட்டிருந்தன.

பாலாவின் தாயார் நிர்வாணக் கோலத்தில்! அவளை அணைத்தபடி, வெள்ளை வேட்டி, பிறந்தமேனியில்! வெள்ளை வேட்டியின் முகத்திலே வேதனைக் கோடுகள் கூட இருந்தன. மடாதிபதியின் பல திருவிளையாடற் காட்சிகளும் படமாக்கப்பட்டிருந்தன - எல்லவாற்றிலும், அவர், 'ஆனந்த சொரூபி' யாகவே காணப்பட்டார். - அமிர்த கலசம் பக்கத்திலேயே இருந்தது. இந்தக் கன்றாவிக் காட்சிகளைப்

பார்த்துக் கொண்டிருந்தபோது பாம்பொன்று ஓசைப்படாமல் வந்து மாடசாமியைத் தீண்டிவிட்டது. பதைத்தான்; வலியும் மயக்கமும் வேகமாயின, பிணமாவதற்குள் குடில் சென்றாக வேண்டும். போலீஸ் துரத்தும்போதுகூட இத்தனை வேகமாக ஓடினதில்லை. சாவு துரத்துகிறது! துரத்துகிறது! துளைக்கிறது மரணம், வெற்றி பெறுவதற்குள் குடில் சென்றாக வேண்டும்! ஓடினான், ஓடினான் மாடசாமி, வாயில் நொப்பும் நுரையும் தள்ளத் தள்ள ஓடினான்.

வெற்றி! வெற்றி! என் கடைசிக் களவு மகத்தான வெற்றி! உலகுக்கு நன்மை தேடும் செயல் ஒன்று என்னால் செய்ய முடிந்தது - என்னால்! நச்சரவம் நான் நல்லவனாவதைப் பொறுத்துக் கொள்ள மறுத்தது போலும். தீண்டி விட்டது! தீர்ந்து விட்டது! என்று கூறியபடி, திருவிளையாடற்பு ராண ஏட்டினை, வெள்ளைவேட்டியிடம் நீட்டிக் கொண்டே, சுருண்டு கீழே வீழ்ந்தான் - மாடசாமியின் உயிர் பிரிந்தது. 'கோ'வெனக் கதறினான் வெள்ளைவேட்டி! பாம்பே! பாழும் பாம்பே! பாதகம் புரிவோரைப் பட்டு மெத்தையில் புரளவிட்டு, இந்த நல்லவனைச் சாகடித்தனையே! உலகம்தான் இவனைக் கொடுமைக் குழியில் தள்ளிவிட்டது. மெத்தக் கஷ்டப்பட்டு மீண்டும் மனிதனானான்! மாண்பு அவன் மனத்திலே இடம் பெற்றது; மக்கள் பணியிலே நாட்டம் பிறந்தது; உலகுக்கு ஒரு நல்லவன் கிடைத்தான் என்று நான் உளம் மகிழ்ந்தேன். ஊர்ந்து வந்த சாவே! நல்லவனைச் சாகடித்து விட்டாயே; அந்தோ! கள்ளனாகக் காலந்தள்ளியவன், திருந்தினான், நல்லவனானான், நான்தான் மீண்டும் அவன் கள்ளனாக காரணமாக இருந்தேன். என்னாலும் அவனை இனித் தடுத்திட முடியாது, மாடசாமி மீண்டும் கள்ளனாகி விடுவான் என்று எண்ணியோ அவனைச் சாகடித்தாய் என்றெல்லாம் கூறிக்கூறிப் புலம்பினான்.

காத்தா,

முத்தா,

முனியா,

தோட்டக்காரன் எங்கேயடா பாவிகளா! என் உயிருக்கே வேட்டு வைத்துவிட்டானே, என்று மடாதிபதி அலறிப் புடைத்தார். களவு போன பொருளின் ‘மகத்துவம்’ தெரியாததால் மடத்து ஆட்கள், இதற்கு ஏன் இவ்வளவு கூச்சலிடுகிறார் என்றெண்ணிக் கொண்டனர்.

மடாதிபதி, சிறுமி அன்புமணியை அனுப்பி வைத்தார் குடிலுக்கு.

“இன்னும் பதினைந்து நாட்கள் தவணை. அதற்குள் ஆதீனப் பதவியிலிருந்து விலகாவிட்டால், திருவிளையாடற் புராணம் உலகுக்குத் தரப்படும்” என்று சுருக்கமான ஓலை அனுப்பி வைத்தான் வெள்ளைவேட்டி.

பத்து நாட்களில், அன்புமணிக்கு அரை இலட்சம் அளிக்கப்படும் என்ற பதிலோலை கிடைத்தது.

எதிர் பாருங்கள்

திருவிளையாடற்புராணம்!

புதிய ஏடு!

வெள்ளைவேட்டியின்

விளக்க உரையுடன்

என்றோர் விளம்பரம், தினத்தாட்களில் வெளிவந்தது.

மறுநாள், மடாதிபதி தம் ஆதீனப்பதவியைத் துறந்தார் என்ற செய்தி வெளிவந்ததுடன் - அடுத்த மடாதிபதியாக வருவதற்கு யாருக்கு உரிமை என்பது தீர்மானிக்கப்பட முடியாத நிலையில், சர்க்கார், மடாலயத்துச் சொத்துக்களைத் தன்

வசமாக்கிக் கொண்டது என்ற குறிப்பும், பத்திரிகைகளில் வெளிவந்தது.

லக்கா அழகாக ஆடிற்று! லோட்டியின் கர்ண வித்தை கண்டு, சிறுமி அன்புமணி மகிழ்ந்து கொண்டிருந்தாள். அவளையே உற்றுப் பார்த்தபடி இருந்த இரத்தினத்தின் முகத்திலே இலேசாக ஏதோ ஓர் தெளிவு தெரிந்தது. வெள்ளை வேட்டி புதிய நம்பிக்கை கொண்டான்.

(திராவிட நாடு - 1957)

★★★

9 788198 806956